இஸ்லாம் தமிழுக்குத் தந்த அருட்கொடை

முனைவர் ப. பாலசுப்பிரமணியன்
MA., MCA., MBA., ML ISC. MPhil., Ph.D
பல்கலைக் கழக நூலகர்,
மனோன்மணியம் சுந்தரனார் பல்கலைக் கழகம்,
திருநெல்வேலி - 627012.

அழகு பதிப்பகம்
15 / 21, டீச்சர்ஸ் கில்டு காலனி, 2-வது தெரு,
இராஜாஜி நகர் விரிவு,
வில்லிவாக்கம், சென்னை - 600 049.
தொலைபேசி: 044-26502086, 9444191256
email: shankar_pathippagam@yahoo.com
wef: www shankarpathippagam.in & www bookthagam.com

நூல் விவரப் பட்டியல்

நூலின் பெயர்
இஸ்லாம் தமிழுக்குத் தந்த அருட்கொடை

உரிமை
பதிப்பகத்தார்க்கு

நூலாசிரியர்
முனைவர் ப.பாலசுப்பிரமணியன்

நூல் அளவு
டெம்மி

பதிப்பு ஆண்டு- 2022

பக்கங்கள்
160

விலை
ரூ160/-

ISBN NO: 978-93-94811-01-0

வெளியீடு
அழகு பதிப்பகம்
15/21, டீச்சர்ஸ் கில்டு காலனி,
2-வது தெரு, இராஜாஜி நகர் விரிவு,
வில்லிவாக்கம், சென்னை - 600 049.
தொலைபேசி: 044 - 2650 2086

வடிவமைப்பு & மேலட்டை
பழனி, வில்லிவாக்கம்.
தொலைபேசி : 8667041889

அச்சிட்டோர்
எம்.கே.கிராபிக்ஸ், சென்னை - 600 021.
தொலைபேசி : 98408 28213

ஆசிரியர் உரை

தமிழ் இலக்கியத்திற்கு முஸ்லிம்கள் ஆற்றிய பங்கு கொஞ்ச நஞ்சமல்ல; நிறையவே இருக்கிறது!

இஸ்லாமியத் தமிழிலக்கியங்கள் என்பன இஸ்லாமிய மார்க்கக் கருத்துக்களை உள்ளடக்கமாகக் கொண்டெழுந்த தமிழ்மொழி இலக்கியங்களே. ஒரு மொழியில் ஒரு சமயத்தைச் சார்ந்த இலக்கியங்கள் தோன்றுவதற்கு அடித்தளமாக இருப்பது மொழிக்கும் சமயத்திற்குமுள்ள உறவு நிலையே. இவ்வுறவு நிலை பலப்படுத்தப்பட்ட பின்னரே எந்தவொரு மொழியிலும் ஒரு குறிப்பிட்ட சமய இலக்கியங்கள் தோன்றுவதற்கான சூழல் அதிகரிக்கும். இவ்வகையில் இன்றைக்குத் தமிழிலக்கிய உலகில் சுட்டிக்காட்டத்தக்க எல்லைப் பரப்பினைப் பெற்றுச் சிறக்கும் இஸ்லாமியத் தமிழிலக்கியங்களின் தோற்ற வளர்ச்சிக்கு, இஸ்லாம் தமிழகத்துடன் கொண்ட தொன்மை உறவே காரணமாக இருந்திருக்கும். இத்தொன்மை உறவினையும் அதன் பயனாய் மலர்ந்த முதல் இஸ்லாமியத் தமிழிலக்கியத்தையும் ஏனைய பிற இஸ்லாமிய இலக்கியங்களையும் சுட்டிக்காட்டுவதே இந்நூலின் நோக்கமாகும்.

இசுலாமிய சமயப் பின்புலம் கொண்டோர் இயற்றிய தமிழ் இலக்கியம் இசுலாமியத் தமிழ் இலக்கியம் எனப்படுகிறது. இசுலாமிய சமயம் தொடர்பான தமிழ் இலக்கியங்களே இவ்வாறு சிறப்பாகக் குறிப்பிடப்படுகின்றன.

தமிழ்நாட்டு மதுரையை தில்லி சுல்தான் படைகள் *1311* ஆம் ஆண்டு கைப்பற்றின. விஜயநகரப் பேரரசு இவர்களை *1371* ஆம் ஆண்டு தோற்கடித்தது. தமிழ்நாட்டின் பல பகுதிகளை நவாப்புக்கள் *1690 – 1801* காலப்பகுதியில்

ஆட்சி செய்தனர். தமிழ்நாட்டில் இசுலாம் பரவ இசுலாமிய ஆட்சி ஒரு முக்கியக் காரணமாகும். தமிழ்நாடு, தமிழீழ வணிகர்களுக்கும் அரபிய, மாலாய் முசுலீம் வணிகர்களுக்கும் இடையே பல நூற்றாண்டுகளாக வணிகம் நடந்தது.

இவ்வாறு வணிகம் செய்ய வந்த சில அரபிய மாலாய் வணிகர்கள் இங்கேயே தங்கினர். பல வழிகளில் இசுலாம் தமிழரிடையே பரவியது.

தமிழுக்கும் இஸ்லாத்திற்கும் இணைப்பு ஏற்படுவதற்குப் பல நூற்றாண்டுகளுக்கு முன்னரே தமிழகத்துடன் நெருங்கிய தொடர்பினை அரபு நாட்டவர்கள் பெற்றிருந்தனர். எனவே இஸ்லாமியத் தமிழிலக்கிய வரலாற்றிற்கான அடித்தளமாக இருந்தது அரபு நாட்டவர்களின் தமிழக வருகை எனலாம்.

இவ்வருகைநிலை இஸ்லாம் இவ்வுலகில் பரவுவதற்குப் பல நூற்றாண்டுகளுக்கு முன்னரே இருந்திருக்கிறது. பெருமானார் நபிகள் நாயகம் (சல்) அவர்கள் தோன்றுவதற்கு வெகு காலத்துக்கு முன்பே அரபு நாட்டிற்கும் தமிழகத்திற்குமிடையே வியாபாரத் தொடர்புகள் இருந்திருக்கின்றன. இத்தொடர்பு பெருமானார் (சல்) அவர்கள் காலத்திலும் தொடர்ந்து, நீடித்தது, பின் வலுப்பெற்றது.

அரபு, தமிழக மக்களது தொடர்பிற்கான அகச்சான்றுகள் பலவும் வரலாற்றிலும், இலக்கியத்திலும் விரவிக் கிடக்கின்றன.

அது பற்றிய தகவல்களை, தடயங்களை வெளிப்படுத்தவே இந்நூல்.

இலக்கியம் என்பது வாழ்க்கை நெறியாக இருக்க வேண்டும். அல்லது உயர்ந்த வாழ்க்கை நெறியில் சென்று வாழ்ந்து காட்டியவர்களை முன்மாதிரியாகக் கொண்டு அவர்களின் பணிகளை விவரிப்பதாகவும் இருக்கலாம்.

அந்த வகையில் முஸ்லிம்கள் படைத்த இலக்கியங்கள், தமிழ் வளர்ச்சிக்கு முஸ்லிம்கள் ஆற்றிய பணிகளை இந்நூலில் கூறுவதில் மகிழ்ச்சி அடைகிறேன்.

தமிழ் மீது பற்று கொண்டு அதன் பெருமைகளை உலகுக்கு எடுத்துரைத்த இஸ்லாமிய சமயப் பெரியோர்களுக்கும், தமிழ் சான்றோர்களுக்கும் எனது நன்றிகளைத் தெரிவித்துக் கொள்கிறேன்.

அத்துடன் இந்நூலை அழகுற அச்சிட்டு வெளியிட்ட சங்கர் பதிப்பக உரிமையாளர் கோமதிநாயகம் அவர்களுக்கும் மற்றும் உடனிருந்து உதவிய ஆய்வு மாணவர் அ.பாலாஜி ஆகியோருக்கும் என் இதயம் கனிந்த நன்றிகளைத் தெரிவித்துக்கொள்கிறேன்.

முனைவர்.ப.பாலசுப்பிரமணியன்

பொருளடக்கம்

1. தமிழகத்தில் இஸ்லாம் 7
2. தமிழ் இலக்கியத்தில் முஸ்லிம்களின் பங்கு 13
3. பெண்களின் பங்களிப்பு 20
4. இஸ்லாமியத் தமிழிலக்கியங்களின் தோற்றம் 22
5. தமிழிலக்கிய உலகில் பல்சந்த மாலை 25
6. யாகோபுச் சித்தர் பாடல்கள் 30
7. ஷெய்கு முஸ்தபா 34
8. சேக் பீர்முகம்மது சாகிபு 40
9. இஸ்லாமியத் தமிழ் அறிஞர்கள் 41
10. எச்.முஜீப் ரஹ்மான் 44
11. காசிம் புலவர் 48
12. குணங்குடி மஸ்தான் சாகிபு 49
13. குலாம் காதிறு நாவலர் 53
14. சவ்வாதுப் புலவர் 55
15. அமுதகவி உமறுப்புலவர் 56
16. சதாவதானி செய்குதம்பிப் பாவலர் 63
17. சேக் பீர்முகம்மது சாகிபு 67
18. சேகனாப் புலவர் 68
19. சைகுத் தம்பி ஞானியார் 69
20. தக்கலை பீர் முகம்மது 73
21. மணவை முஸ்தபா 78
22. தமிழில் சுயமுன்னேற்ற நூல் முன்னோடி அப்துற் றஹீம் 87
23. கவிக்கோ அப்துல் ரகுமான் 91
24. இஸ்லாமியத் தமிழ்ப் பேரறிஞர் ம.மு.உவைஸ்! 95
25. இசைத் தமிழை இசைத்து வளர்க்கும் இசுலாமியர்கள் 110
26. தமிழும் இஸ்லாமும் 116
27. தமிழ் முஸ்லிம் பெண் எழுத்தாளர்கள் 124
28. தற்காலத் தமிழ் இலக்கியங்கள் 126
29. வள்ளல் சீதக்காதி மரைக்காயர் 130
30. அமுதகவி சாயபு மரைக்காயர்! 134
31. வள்ளல் சி. அப்துல் ஹக்கீம் சாஹீப் 137
32. நாகப்பட்டினம் 140

1

தமிழகத்தில் இஸ்லாம்

செம்மொழியான தமிழ், உலகத்தின் முதன் மொழியான தமிழ், சர்வ சமயங்கள் சார்ந்த மற்றும் சமயம் சாரா இலக்கியங்களால் செறிவு பெற்றுத் திகழ்கிறது. எல்லாச் சமயத்தைச் சார்ந்த இலக்கியங்களும் தமிழில் காணப்படுவது தமிழின் சிறப்பாகும். சைவம், வைணவம், இஸ்லாம், பௌத்தம், சமணம் மற்றும் சமயம் சாரா நெறிகளும், தமிழ் இலக்கியத்தில் காணப்படுகின்றன.

கி.பி. ஏழாம் நூற்றாண்டில் பக்தி இலக்கியங்கள் பரிணமித்த காலக்கட்டத்தில், அரபு நாட்டிலே தோன்றிய ஏகத்துவ மார்க்கம், தமிழ் மண்ணுக்குள் அறிமுகமானது. சங்க காலம் தொட்டு தொடர்பு கொண்டிருந்த அரபு நாட்டவர், யவனர் என்றும், பின்னர் சோனகர், முஸ்லிம்கள் என்றும் அழைக்கப்பட்டனர்.

இவர்கள் தமிழ்நாட்டிலும், இலங்கையிலும், சிங்கப்பூர், மலேசியா மற்றும் தூரக்கிழக்கு நாடுகளிலும், தென் ஆப்ரிக்காவிலும் பரவிக்கிடக்கிறார்கள். இன்றைய உலகமயமான காலத்தில், இவர்கள் இல்லாத நாடில்லை எனலாம். அவர்கள் தமிழ் இலக்கியத்திற்குப் புதிய சிந்தனைகளையும், புதிய பரிமாணங்களையும் வழங்கியுள்ளனர். இன்றும் அவர்களின் பங்கு வாணிபம், கலை, அறிவியலில் சிறந்து விளங்குவதுபோல், இலக்கியத்திலும் போற்றுதற்குரியது.

தமிழ்ச் சமுதாயத்தின் தனிப்பெரும் சிறுபான்மையினரான தமிழ் முஸ்லிம்கள், தங்கள் தாய்மொழியான, தமிழுக்கு ஆற்றிய தொண்டுகள் அளப்பரியது.

தொடக்க காலம்

மார்கோபோலோ 13ஆம் நூற்றாண்டில் தமிழ் இஸ்லாமிய சமுதாயம் தமிழகத்தில் இருந்ததை தீர்க்கமாகப் பதிவு செய்திருக்கிறார். அந்தக் காலக்கட்டத்தில் இஸ்லாமியர்களின் தமிழ் இலக்கியப் பங்களிப்பு பற்றி நமக்கு ஆதாரங்கள் கிடைக்கவில்லை. ஆனால் ஒரு சில நூற்றாண்டுகளில் இஸ்லாமியர்களின் தமிழ் இலக்கிய சேவை ஆரம்பித்திருக்க வேண்டும் என்று பல ஆராய்ச்சியாளர்கள் நம்புகின்றனர். பலர் குறைந்தது மாணிக்கவாசகர் காலம் தொட்டு இஸ்லாமிய இலக்கியங்கள் இருந்திருக்க வேண்டுமென்று, அவற்றைக் கண்டுபிடிக்கும் முயற்சியில் ஈடுபட்டார்கள். அதற்கு வெற்றி கிடைக்காத காரணத்தால் 16 ஆம் நூற்றாண்டுக்கு முன்பு வந்த இஸ்லாமியர்களின் தமிழ் இலக்கியங்கள், போர்த்துகீசியர்களால் அழிக்கப்பட்டிருக்கலாம் என்று நம்புகிறார்கள். சமீப காலமாகக் குறைந்தது 14 ஆம் நூற்றாண்டில் இஸ்லாமியர்களின் தமிழ் இலக்கியம் இருந்ததற்கான ஆதாரங்களைச் சொல்கிறார்கள். ஆதாரமாக பல்சாந்தி மாலை என்ற 8 வரிகள் கொண்ட பாடலைச் சொல்கிறார்கள். அதில் சோனகர்களைப் பற்றியும், அல்லாவைப் பற்றியும், சோனகத் தலைவராக (கலீபா) இருந்த வள்ளலைப் பற்றியும் சொல்லப்படுகிறது.

இதன் ஆசிரியர் யார் என்று அறியப்படவில்லை. பல்சாந்தி மாலைக்கு முன்பும் அதற்குப் பின்பும் 16ஆம் நூற்றாண்டு வரை எந்தத் தமிழ் இஸ்லாமியர்களின் இலக்கியமும் கிடைக்கவில்லை. மேலும் அதற்குப் பின் வந்த இஸ்லாமியர்களின், இலக்கியங்களை வைத்துப் பார்க்கும்போது, அது முஸ்லிம் அல்லாதவரால் எழுதப்பட்டிருக்கலாமோ என்ற சந்தேகம் சிலருக்கு உண்டு. காரணம் பல்சாந்தி மாலையில் பின்னால் வந்த முஸ்லிம்களின் பங்களிப்பில் சர்வசாதாரணமாகக் கலந்திருந்த அரபி பாரசீக வார்த்தைகள் காணப்படாததுதான்.

1572 இல் எழுதப்பட்ட ‘ஆயிரம் மசலா’ என்று வழங்கும் அதிசய புராணம் தான் இஸ்லாமியரால் எழுதப்பட்ட முதல்

ஆதாரபூர்வமான தமிழ் இலக்கியம் ஆகும். இதை எழுதியவர் செய்கு இசாக் என்ற வண்ண பரிமள புலவர். முழு இலக்கியமும் கேள்வி கேட்டு, பதில் சொல்லும் முறையில் உள்ளது. அதில் அதிக அளவில் அரபு வார்த்தைகள் கலந்திருப்பதைக் காணலாம். இந்தப் பாணியைத் தமிழுக்கு அறிமுகப்படுத்தியவர்கள் முஸ்லிம்கள்.

ஆயிரம் மசலா குரானையும், ஹதீதையும், ஆதாரமாகக் கொண்டு எழுதப்பட்டதாகும். அதில் இஸ்லாமிய சட்டதிட்டங்கள், நெறிமுறைகள், சொர்க்கம் நரகம், நபிகள் நாயகத்தின் வாழ்க்கைமுறை ஆகியவை சொல்லப்பட்டிருக்கிறது. சைவ, வைணவ இலக்கியங்களில் சமயநெறிகள் சம்ஸ்கிருத வார்த்தைகள் கலந்து சொல்லப்பட்டதுபோல், இஸ்லாமியர்களின் பக்தி இலக்கியங்களில் அரபு பாரசீக வார்த்தைகள் கலந்து காணப்படுகிறது. மசலா என்பதே அரபு வார்த்தைதான்.

இரண்டாவதாக தமிழ் இலக்கியத்திற்கு இஸ்லாமிகளின் அதிகாரபூர்வமான பங்களிப்பு 1590 இல் ஆலிம் புலவர் அவர்களால் எழுதப்பட்ட மெஹ்ராஜ் மாலை ஆகும். அதில் நபிகள் நாயகம் மெஹ்ராஜ் இரவில் சுவர்ணம் போய் திரும்பிய சரித்திரத்தைச் சொல்லி இருக்கிறார். அது நாயகம் அவர்களின் வாழ்வில் நடந்த அதிசயமாகும். அவரும் அரபு வார்த்தைகளை அங்கங்கே உபயோகித்திருக்கிறார்.

17 ஆம் நூற்றாண்டு

பிறகு நீண்ட இடைவெளிக்கு பின், இஸ்லாமியர்களின் தமிழ் இலக்கியப் பணி கிடைக்கப்பெற்றது 17 ஆம் நூற்றாண்டிலாகும். செய்கு நைனார் கான் என்ற புலவர் எழுதிய கனகாபிசேக மாலை, சூபி மகான் பீர் முகம்மது அவர்கள் எழுதிய திருநெறி நீதம், சேக்காதி நெய்னா எழுதிய திருமணக் காட்சி, சகூன் படைப்போர், ஆகியவை 17 ஆம் நூற்றாண்டின் முஸ்லிம்களின் தமிழ் இலக்கியப்படைப்புகளாகும், இவையெல்லாம், மற்ற சமய இலக்கியங்கள் போல், இஸ்லாமிய சமய இலக்கியங்களே.

கனகவிராயர் என்று அழைக்கப்பட்ட செய்கு நைனார் கான் எழுதிய கனகாபிசேக மாலை, நபிகள் நாயகம் (ஸல்) அவர்களின் வாழ்கையையும், நபித்தோழர்களின் வாழ்கையையும் விவரிக்கின்றது. நபிகள் நாயகத்தின் பேரர்களான ஹசன், ஹுசைன் ஆகியோருக்கு அதிக முக்கியத்துவம் இவர் கொடுத்திருப்பதால், இவர் ஷியா பிரிவைச் சேர்ந்தவராக இருக்கலாம் என்ற கருத்தும் நிலவுகிறது. ஆனால் அடிப்படை இஸ்லாமியவாதிகளின் தாக்கம் இல்லாத அக்காலக் கட்டத்தில் அப்படி வேறுபாடுகள் இருக்க சாத்தியமில்லை என்ற கருத்தும் உண்டு. மேலும் தமிழ் இஸ்லாமியர்கள் எல்லோருமே சுன்னத் ஜமாஅத் பிரிவைச் சேர்ந்தவர்கள்தான். சூபிக்களின் தாக்கமும், பின்னாட்களில் அடிப்படைவாதிகளின் தாக்கமும் இருக்கிறது.

சூபி மகான் பீர் முஹம்மது அவர்கள் எழுதிய திருநெறி நீதம் என்ற படைப்பு, ஆயிரம் மசலா போன்று கேள்வி பதில் நடையில் உள்ளது. முழுதும் அந்தாதியாக எழுதப்பட்டிருப்பது அதன் சிறப்பு.

இஸ்லாமியருக்கான இஸ்லாமிய நம்பிக்கை, ஒழுக்கம், சட்ட திட்டங்கள், ஆண்கள் பெண்களுக்கான ஒழுக்க நெறிமுறைகளை அதில் சொல்லி இருக்கிறார். அதில், சொத்துரிமை, திருமண சட்டங்கள் ஆகிய இஸ்லாமிய சட்ட விளக்கங்களைச் சொல்லி இருக்கிறார். இறுதியில் உலகின் முடிவையும், நியாயத்தீர்ப்பு நாள் பற்றியும், சுவனம், நரகம் பற்றியும் சொல்லி இருக்கிறார்.

சகூன் படைப்போர் 17 ஆம் நூற்றாண்டின் கடைசியில் எழுதப்பட்ட தமிழ்ப் போர் இலக்கியம் ஆகும். முஸ்லிம்களுக்கும், மற்றவர்களுக்கும் இராக்கில் நடந்த போரைப் பற்றியதாகும். இறுதியில் முஸ்லிம்கள் வெற்றிகண்டு எதிர்ப்படைத் தலைவன் சகூன் நபிகளிடம் சரணடைந்து, இஸ்லாத்தை ஏற்றுகொள்கிறான். நாயகம் அவர்கள் அவனை மரியாதையாக நடத்தி இராக்கை அவன் வசமே ஒப்படைக்கிறார்.

18 ஆம் நூற்றாண்டு

17 ஆம் நூற்றாண்டின் இறுதியிலோ அல்லது 18 ஆம் நூற்றாண்டின் ஆரம்பத்தில் எழுதப்பட்ட இஸ்லாமியர்களின் தமிழ் இலக்கியங்கள் யாகூபு சித்தர் பாடல், முத்து மொழி மாலை, திரு மக்காப்பள்ளு ஆகியவை. யாகூபு சித்தர் பாடலை எழுதிய யாகூபு மதம் மாறிய தேவர் இனத்தை சேர்ந்த ராமதேவர் ஆவார். அவர் மருத்துவ, மாந்த்ரீக வைத்திய முறைகளை விளக்கியுள்ளார். அதில் வரும் பாரசீக சொற்கள் அவர் அந்தக் காலகட்டத்தைச் சேர்ந்தவர் என்பதை உறுதி செய்கிறது.

முத்து மொழி மாலை எழுதியவர் பற்றித் தெரியவில்லை. இதில் நபிகள் நாயகத்தின் புகழ் மற்றும் அவர் வாழ்க்கை சம்பவங்களை விவரித்துள்ளார். அதில் மற்ற இஸ்லாமியர்களின் அக்கால இலக்கியங்களிலிருந்து வேறுபட்டு குறைந்த அரபு சொற்களே காணப்படுகிறது. திரு மக்காப்பள்ளு, இதனுடைய ஆசிரியரும் அறியப்படவில்லை. இது தமிழ் பள்ளு பாணியில் எழுதப்படிருக்கிறது. இது மக்கா நகர் பற்றியும், நபிகள் நாயகம் பற்றியும், முகைதீன் அப்துல் காதர் ஜெய்லானி என்ற ஞாநி பற்றியும், நாயகத்தின் வரலாறு சம்பந்தப்பட்ட விஷயங்கள் பற்றியும் சொல்லப்பட்டிருக்கிறது.

19 ஆம் நூற்றாண்டு

19 ஆம் நூற்றாண்டில் மட்டும் இஸ்லாமியர்கள் 12 தமிழ் காப்பியங்களைப் படைத்துள்ளனர். ஒரே நூற்றாண்டில் வேறு எந்த சமயத்தாரும் தமிழில் இத்தனை காப்பியங்கள் படைக்கவில்லை. புலவர் நாயகம் என்ற புலவர் மட்டும் 4 காப்பியங்களைப் படைத்துள்ளார். தமிழில் அச்சு வடிவில் முதலில் வந்த காப்பியம், உமறுப்புலவர் எழுதிய சீறாப்புராணம்தான்.

1842 இல் வெளிவந்தது. இதற்குப் பிறகுதான் மற்ற தமிழ் காப்பியங்கள் அச்சில் வந்தன. தமிழில் முதல் நாவலாக பிரதாப முதலியார் சரித்திரம் 1879 இல் வந்தது. அதற்கு அடுத்து வந்த நாவல் ஈழத்து இஸ்லாமியர் சித்தி லெவ்வை

மரைக்காயர் எழுதிய அசன்பே சரித்திரம் 1885 இல் வெளிவந்தது. அதுதான் ஈழத்தில் தோன்றிய முதல் நாவல் என்ற பெருமையோடு, தமிழில் வெளிவந்த இரண்டாவது நாவல் என்ற பெருமையையும் பெற்றது.

1869 இல் முதல் நாடக நூல் டம்பாச்சாரி விலாசம் அச்சில் வெளிவந்தது. இதை அடுத்து அச்சில் வெளிவந்த தமிழ் நாடகம் வண்ணக்களஞ்சியப் புலவர் என்ற முஸ்லிம் எழுதிய அலிபாதுஷா நாடகம் 1870 இல் வெளிவந்தது. மேலும் இஸ்லாமியர்கள் மகுடி நாடகம், நொண்டி நாடகம் போன்ற புதிய தமிழ் நாடக வடிவங்களைக் கொடுத்துள்ளனர். பள்ளு இலக்கியத்தில் தலை சிறந்ததாகக் கருதப்படும் முக்கூடல் பள்ளு எழுதியவர் என்னாயினார் என்ற இஸ்லாமியப் புலவராவார்.

பிரபலமான விக்ரமாதித்தன் கதையை உரைநடை நூலாக இப்ராஹீம் ராவுத்தர் எழுதி உரைநடைக்குச் சிறப்புச் செய்திருக்கிறார். மொழிபெயர்ப்புத் துறையிலும் தங்கள் பங்கில் முன்னோடிகளாகத் திகழ்ந்திருக்கிறார்கள். குலாம் காதிரு நாவலர், ஆங்கிலத்தில் GNM. ராய்நால்ட்ஸ் என்பவர் எழுதிய OMAR (ஓமர்) என்ற வரலாற்று நாவலை உமறு பாட்சா யுத்த சரித்திரம் என்ற பெயரில் தமிழில் மொழி பெயர்த்துள்ளார். 1889 இல் இது நான்கு பாகங்களாக வெளிவந்தது. மேலும் இவர் மதுரைத் தமிழ் சங்கத்துப் புலவராற்றுப்படை என்ற ஆற்றுப்படை நூலைப் படைத்துள்ளார்.

இறைவனை அல்லது மன்னனை அடைவதற்கு எழுதியதை மாற்றி தமிழுக்கு ஆற்றுப்படுத்துகின்ற புதிய வழியைக் காட்டுகிறார்.

OOO

2

தமிழ் இலக்கியத்தில் முஸ்லிம்களின் பங்கு

முஸ்லிம்கள் தமிழுக்கு நிறையவே பங்களிப்பு செய்திருக்கிறார்கள். இன்னும் சொன்னால் பிற மதப் புலவர்கள், கவிஞர்கள் பாடாத, புதிய வகை இலக்கியங்களைப் படைத்திருக்கின்றார்கள்! நாமா, கிஸ்ஸா, முனாஜத் ஆகியவற்றைக் குறிப்பிடலாம். இதுபோல நாட்டுப்புற இலக்கியங்களிலும் இவர்களின் பங்களிப்புகள் நிறைய உண்டு.

நாட்டுப்புற இலக்கியத்திலும் தாலாட்டு இலக்கியத்திலும் முஸ்லிம்களின் பங்கு நிறையவே இருக்கிறது. தாலாட்டென்பது தாய், தன் பிள்ளையை உறங்க வைக்க ஆராரோ! ஆரிரரோ! என்று பாடுவதாகும்.

ஆனால் இஸ்லாமியத் தாலாட்டு சற்று வித்தியாசமானது. முஸ்லிம்கள் பாடும் தாலாட்டு வேறுவிதமாக அமைந்திருக்கும்! அவர்களுடைய தாலாட்டில் அல்லாஹ்வை வணங்கு! நபிநாதர் வழியே செல். சாலிஹான பிள்ளையே இப்படி தம் மார்க்கக் கொள்கைகளை உணர்த்தும் விதமாகப் பாடுவார்கள்.

இஸ்லாமியத் தாலாட்டு என்பது மர்ஹூமான கல்லிடைக்குறிச்சி எம். பீர்முஹம்மது ஒரு தாலாட்டுப் பாடலினைத் தொகுத்தளித்திருக்கிறார். அவரைத் தொடர்ந்து பலர் தாலாட்டுப் பாடல் தொகுப்பைத் தந்துள்ளனர். இளையான்குடியைச் சேர்ந்த பிரபல எழுத்தாளர் பாத்திமுத்து சித்தீக் அவர்களும் தாலாட்டுப் பாடல்களைத் தொகுத்து தந்திருக்கிறார்.

முதுகுளத்தூர் இலக்கியம்

இராமநாதபுரம் மாவட்டம் முதுகுளத்தூரில் ஒரு இஸ்லாமியத் தாய் பாடும் தாலாட்டில் சில வரிகளை மேற்கோளாகக் காண்பிக்க விரும்புகிறேன். அந்தத் தாய் ஜனாபா செய்யிதம்மா பீவி அவர்கள். முதுவையின் அகுல்தார் வகையறாவைச் சேர்ந்தவர். மர்ஹூம் சீனி முஹம்மது ராவுத்தரின் முதல் மகளாவார். பாராட்டுக்குரிய அந்தத் தாய் பாடிக்காட்டிய தாலாட்டு இதோ

ஆராரோ! ஆரிரரோ!
என் கண்ணே
ஆராரோ! ஆரிரரோ!
பட்டமரம் தளிர்த்து
பழமாய் கனி சொரிந்து
கெட்டகுடி துலங்கி
கிளைகூட்ட வந்தவனே!
பட்டமரம் பால்வடியும் நம்ம நபி
பயகம்பர் போறவழி!
உளுத்தமரம் பால்வடியும் நம்ம ரசூல்
உத்தமரு போறவழி!

என்று பெண் குழந்தையைத் தாலாட்டுகிறார்! இனி ஆண் குழந்தைக்கான தாலாட்டு

அல்லாஹ்வே! உன் காவல்! நல்ல தம்பிக்கு ஒரு
ஆபத்தும் வராமல்!
நாயனே உன் காவல்! நல்ல தம்பிக்கு
நாவேறு வராமல்!
வடிக்கனே உன் காவல் நல்ல தம்பிக்கு
கண்ணேறு வாராமல்!
காத்துவா அல்லாஹ் நீ!

என்றும் பாடியுள்ளார்.

இஸ்லாமியத் தமிழ் இலக்கியங்களில் காலத்தால் முந்தியது பல்சந்தமாலை என்பதாகும். சுமார் நூறு பாடல்களைக் கொண்டது. இந்நூலில் யவனர், சோனகர், அஞ்சுவண்ணத்தார் என்று முஸ்லிம்களைப் பற்றிக் குறிப்பிடப்பட்டுள்ளது.

அடுத்து இராமதேவர் என்பவர் இஸ்லாத்தைத் தழுவி யாக்கோபு சித்தர் எனப்பெயர் பெற்று வைத்திய நூல் ஒன்றினை எழுதியுள்ளார். வண்ணப்பரிமளப் புலவர் கி.பி.1572ல் ஆயிர மசாலா என்று ஒரு இலக்கியம் படைத்துள்ளார். அடுத்து ஆலிப்புலவரின் மிஃராஜ் மாலை நல்லதொரு இலக்கிய நூலாகும். கி.பி. 16 ஆம் நூற்றாண்டில் எழுதப்பட்டவையாகும். இதனையடுத்து பின்னர் நூருதீன் பொன்னரிய மாலை காப்பிய இலக்கணப்படி முதலில் தோன்றிய தமிழ் இலக்கியம் கனகாபிஷேகமாலை என்பதாகும். கனக கவிராயர் என்பவரால் கி.பி. 1648ல் இயற்றப்பட்டதாகும். கிபி 1703ல் இயற்றப்பட்டது தான் உமறுப்புலவரின் சீறாப்புராணமாகும். பெரும்பாலான முஸ்லிம்கள் அறிந்து வைத்திருந்தது சீறாப்புராணமேயாகும். இதை வெகுசிலரே படிப்பதும் பிறகு அதனைப் பட்டுத்துணி போர்த்தி பத்திரமாக வைக்கவும் செய்தார்கள்.

மலேசியாவில் நாச்சிகுளத்தார் எனும் செந்தமிழ்க் கவிமணி யூசுப் என்பவர் 1973 ஆம் ஆண்டில் சிறாப்புராணத்தை அந்தச் செய்யுளை சந்தி பிரித்து தனி நூலாக வெளியிட்டார்.

1974ல் இளையான்குடி டாக்டர் ஜாஹிர் உசேன் கல்லூரியின் அன்றைய முதல்வர் சீறாவுக்கு சீரிய விழா என்று இரண்டு நாட்கள் கல்லூரியில் விழா எடுத்தார். இந்த விழாவையொட்டி நாச்சிகுளத்தாரின் சீறா நூல்கள் பல வாங்கப்பட்டு அறிஞர்களுக்கு வழங்கப்பட்டு, கட்டுரை வாசிக்கப்பட்டு அந்தக் கட்டுரைகள் மதுரை காமராஜ் பல்கலைக்கழகத்தில் பாடநூலாகவும் இடம்பெற்றது. இந்த விழாவையொட்டியே சீறா பற்றிய விழிப்புணர்வு தமிழக மக்களிடையே ஏற்பட்டது. இதைத் தொடர்ந்து அறிவியல் தமிழ் அறிஞர் மணவை முஸ்தபா அவர்கள் சென்னையில் சீறாப்புராணச் சொற்பொழிவை சிலம்பொலி செல்லப்பனாரை தனி உரை நிகழ்த்த வைத்து அதனை நூலாக்கினார். இவ்வாறு இஸ்லாமியத் தமிழ் இலக்கியம் குறித்து விழிப்புணர்வு ஏற்பட்டது.

ஆனால் இஸ்லாம் எங்கள் வழி! இன்பத் தமிழ் எங்கள் மொழி என்ற கொள்கை முழக்கம் உடையதாக இஸ்லாமிய இலக்கியக் கழகம் தனது முதல் மாநாட்டை (உலக அளவிலான) 1973ல் திருச்சி ஜமால் முஹம்மது கல்லூரியில் நடத்தியது. திருச்சி திருப்பம் என்று சொல்லக்கூடிய அளவுக்கு அந்த மாநாடு வெற்றியடைந்து எல்லோரையும் கவர்ந்து விட்டது. முஸ்லிம்கள் தமிழுக்கு என்ன செய்திருக்கிறார்கள் என்பதை உலகம் அறிய உணர்த்தப்பட்டது.

அடுத்து இஸ்லாமிய இலக்கியக் கழகத்தார் நடத்திய இரண்டாவது மாநாடு சென்னையில் 1974 ல் நடைபெற்றது. 1978ல் மூன்றாவது மாநாடு காயல்பட்டணத்திலும், நான்காவது மாநாடு 1979ல் இலங்கையிலும் நடந்தது. ஐந்தாவது மாநாடு டிசம்பர் 90ல் கீழக்கரையில் நடைபெற்றது. ஏழாவது மாநாடு கவிக்கோ அப்துர் ரஹ்மான் அவர்களை நெறியாளராகக் கொண்டு 2007ல் சென்னை புதுக்கல்லூரியில் நடைபெற்றது. இத்தகைய இஸ்லாமிய இலக்கிய மாநாடுகளின் ஆய்வரங்குகளில் 2000க்கும் மேற்பட்ட இலக்கியங்களை முஸ்லிம்கள் படைத்திருக்கிறார்கள் என்பதை உணரமுடிந்தது. ஆய்வரங்குகளில் முஸ்லிம் அல்லாத சகோதர சமுதாயத்தவர்களும் இஸ்லாமிய இலக்கியங்களை ஆய்வு செய்து ஆய்வுக்கட்டுரை படித்தனர்.

சுமார் 800 க்கும் மேற்பட்ட முஸ்லிம் தமிழ்ப் புலவர்கள் காலத்தால் அழியாத காவியங்களை இலக்கியங்களைப் படைத்துள்ளனர். இந்த ஏழாவது இஸ்லாமிய இலக்கிய மாநாடு இதயங்களின் இணைப்புக்கு இலக்கியம் என்ற புதிய இலட்சனையோடு முன்னிலும் உற்சாகமாக இலக்கியப் பணிகள் ஆற்றி வருகின்றது. அந்த மாநாட்டில் 260 ஆய்வுக் கட்டுரைகள் சமர்ப்பிக்கப்பட்டன. அவைகள் தனி நூலாக்கப்பட்டன. இதுதவிர பேராசிரியர் சாயபு மரைக்காயரைப் பொதுச்செயலாளராகக் கொண்ட இஸ்லாமியத் தமிழ் இலக்கியக் கழகம் என்ற அமைப்பு மூலம் மாநில அளவில் 14 மாநாடுகள் நடத்தியுள்ளனர்.

மாநாட்டின் ஆய்வரங்கக் கருத்துக்கள் நூலாக்கப்பட்டு இலக்கியங்களாகியுள்ளன.

காப்பியங்கள்

கி.பி. 1648 முதல் 1894 வரையிலான காலகட்டத்தில் பதினாறு இஸ்லாமியக் காப்பியங்கள் வெளிவந்துள்ளன. காயல்பட்டினத்தைச் சேர்ந்த சேகனாப்புலவர் மட்டும் நான்கு காப்பியங்கள் இயற்றியுள்ளார். வண்ணக்களஞ்சியப் புலவர் மூன்று இலக்கியங்கள் படைத்துள்ளார். தமிழக இலக்கிய வரலாற்றில் ஒரு புலவர் ஒன்றும் மேற்பட்ட காப்பியங்களைப் படைத்தவர்கள் என்ற பெருமையை மேற்கண்ட இஸ்லாமியப் புலவர்கள் பெறுகிறார்கள். சிலப்பதிகாரமும் மணிமேகலையும் இரட்டைக் காப்பியங்கள் என்று கூறுவர். இதுபோல இஸ்லாமிய இலக்கியத்திலும் இரட்டைக் காப்பியங்கள் உள்ளன. இரட்டைக் காப்பியம் பாடிய புலவர்கள் இருக்கின்றனர். உமறுப்புலவர் பாடிய சீறாப்புராணமும், பனீ அகமது மரைக்காயர் பாடிய சின்னச் சீறா இவைகள் தாம் இரட்டைக் காப்பியங்களாகும்.

தற்காலத் தமிழ் இலக்கியங்கள்

தற்காலத் தமிழ் புதுக்கவிதை உலகில் இஸ்லாமியர்களின் பங்கு அபரிமிதமானது. முதலிடம் வகிப்பவர்களில் கவிக்கோ அப்துல் ரஹ்மான் அவர்களும், மு.மேத்தா அவர்களும், இன்குலாப் (சாகுல் ஹமீது), அபி, மனுஷ்ய புத்திரன், கவிஞர் சல்மா ஆகியோர் முக்கியமானவர்கள். கவிக்கோ அப்துல் ரஹ்மான் அவர்கள் கவிதைக்காக சாகித்ய அகாதமி விருது பெற்ற முதல் தமிழ்க் கவிஞர். சாகித்ய அகாதமி விருதினை பெற்ற மற்றொரு தமிழ் முஸ்லிம் தோப்பில் முகம்மது மீரான் நாவலுக்காக விருதினைப் பெற்றார்.

யுனெஸ்கோ கூரியர் என்ற அறிவியல் தமிழ் பத்திரிக்கையின் ஆசிரியராகப் பணியாற்றியவரும், அறிவியல் தமிழ் கலைச் சொல்லாக்க முன்னோடியுமான மணவை முஸ்தபா அவர்கள் அறிவியல் தமிழுக்குச் செய்த பணியை மறக்கமுடியாது. தேவநேயப்பாவாணர், பெருஞ்சித்திரனார் ஆகியோரோடு

இணைந்து தனித்தமிழ் இயக்கத்தில் பாடுபட்டவர் காரை இறையடியான் (முகம்மது அலி). அவர் நடத்திய பூஞ்சோலை இதழ் சிறப்புமிக்கது.

ஈழத் தமிழர் முனைவர் ம.மு.உவைஸ் அவர்கள் தலைமையில் முதன் முதலாக மதுரை காமராஜர் பல்கலைக் கழகத்தில் இஸ்லாமிய தமிழ் இலக்கிய ஆய்வுத்துறை தொடங்கப்பட்டது.

மறைந்த மௌலவி அப்துல் ஹமீது பாகவி அவர்கள் புனித குரான் சரீபை தமிழுக்கு மொழிபெயர்த்து தமிழுக்கும் இஸ்லாத்திற்கும் பெரும்பணி செய்திருக்கிறார்கள்.

அதேபோல் அவரது புதல்வர் கிரிகி அப்துல் சமது அவர்களின் தமிழ் புலமை தமிழுலகம் அறிந்தது. அவர் சிறந்த பேச்சாளர் மற்றும் எழுத்தாளர்.

நாவல்கள்

இஸ்லாமிய நாவல்கள் படைப்பு இலக்கியத்தில் சிங்கை ஜே.எம். சாலி அவர்கள் 60 க்கும் மேற்பட்ட நாவல்கள் படைத்து முதலிடம் பெறுகிறார். மர்ஹூம் ஹஸன் அவர்கள் மூன்று நாவல்கள் படைத்துள்ளார். இவரைத் தொடர்ந்து இன்றைய பல இளம் எழுத்தாளர்கள் நாவல்கள் பல படைத்துள்ளனர்.

சிறுகதைகள்

சிறுகதை இலக்கியத்தில் சம்மதமா.. என்ற சிறுகதைத் தொகுப்பை வி. நூர் முஹம்மது, மஹதி, திருச்சி குலாம் ரசூல், மகுதூம், ஜேயெம், ஆர்.பி.எம். கனி, சீதக்காதி, ஷேக்கோ, கருணாமணாளன், ஷாஹா, ஆர்.பி. மல்லாரி ரஷீத், ஈரோடு ரஷீது ஆகிய இவர்கள் சிறுகதை இலக்கியத்தின் முன்னோடிகள் ஆவார்கள். இவர்கள் ஒவ்வொருவரும் 20க்கும் மேற்பட்ட நூல்களை எழுதிக் குவித்தவர்கள். இவர்களையடுத்து ஹிமானா சையத், ஆர்னிகா நாசர், தோப்பில் முஹம்மது மீரான், பேராசிரியர் அப்துல் சமது, பேரா. நத்தர்ஸா, முஹம்மது அலி ஜின்னா, தாழை மதியவன் இன்னும் பலர் சிறுகதை இலக்கியவாதிகளாக உள்ளனர்.

கவிதைத்துறை

கவிதை இலக்கியத்தில் இறையருட்கவிமணி கா. அப்துல் கபூர், இவருடைய சகோதரர் பேரா. முஹம்மது ஃபாரூக், புதுக்கவிதை இலக்கியத்தில் கவிக்கோ அப்துல் ரஹ்மான், பேரா.தி.மு. அப்துல் காதர், தேங்க ஷர்புத்தீன், ஹாமீம் முஸ்தபா, ஹெச்.ஜி. ரசூல், தக்கலை ஹலீமா, நை.மு. இக்பால், மணலி அப்துல் காதர், அப்துல் ரஹீம், மலேசியா ப.மு. அன்வர், கவிஞர் செ. சீனி நைய்னா முஹம்மது, இலங்கை எழுத்தாளர் டாக்டர் முத்து மீரான், டாக்டர் ஜின்னா ஷர்புதீன், அதிரை தாஹா, பேரா. ஹாஜாகனி, ஈரோடு தமிழன்பன், பேரா. தை.கா. காதர்கனி, இளையான்குடி கவிஞர் மு. சண்முகம், முதுவைக் கவிஞர் மௌலவி ஏ. உமர் ஜஃபர் ஆலிம் மன்பா, எம்.எஸ்.எஸ். அப்துல் ஹமீது (கலீபாக்கள் வரலாறு) இன்னும் பல இலக்கியப் படைப்பாளர்கள் உள்ளனர்.

ooo

3

பெண்களின் பங்களிப்பு

தமிழ்நாட்டில் பெண்களும் இலக்கியத்துறைக்கு வரவேண்டும் என்ற உயர்ந்த நோக்கோடு *1972* ல் தூத்துக்குடி ஜனாப் முஸ்தபா ஹுஸைன் அவர்களால் நர்கிஸ் இதழ் ஆரம்பிக்கப்பட்டது. இந்த இதழ் தொடங்கியது இஸ்லாத்தைப் பற்றியும், சமுதாயத்தைப் பற்றியும் பெண்கள் பலர் கட்டுரைகளாகவும், கவிதைகளாகவும், சிறுகதை, நாவலாகவும் எழுத ஆரம்பித்தனர். *2001* ல் முஸ்தபா ஹுஸைன் அவர்களின் மறைவுக்குப் பின்னர் அவருடைய மூத்த மகளார் அனீஸ் பாத்திமா அவர்களை ஆசிரியராகக் கொண்டு நர்கிஸ் குறிப்பாகப் பெண் இலக்கியவாதிகள் பலரை அறிமுகப்படுத்தி வளர்த்து வருகிறார். இதே காலகட்டத்தில் இதழ் ஆசிரியையாக இருந்தவர் ஹலீமா ஜவஹர். இவரை ஆசிரியையாகக் கொண்டு மலர்மதி என்னும் இதழ் வெளிவந்தது. இடையில் இதழ் நின்றுவிட்டது.

இன்றைய பெண் எழுத்தாளர்களில் முன்னோடியானவர் நாகூர் சித்தி ஜுனைதா பேகம் என்பவராவார். மர்ஹூமான இவர் *60* ஆண்டுகள் பத்திரிகையில் எழுதி சிறுகதை இலக்கியத்தின் பேரரசியாகத் திகழ்ந்தவர். அடுத்து மதுரை அல்ஹாஜ் சையது அப்துல் கபூர் அவர்களின் மனைவி ஹாஜியா ஜைனப் பேகம் சாஹிபா அவர்கள் *1942* முதல் *1967* வரை மார்க்கச் சொற்பொழிவாளராகத் திகழ்ந்தார். நாகூர் சித்தி ஜுனைதா அவர்களின் நெருங்கிய தோழியும் ஆவார். *2003* ல் வஃபாதானார். (இன்னாலில்லாஹி வ இன்னா இலைஹி ராஜிவூன்).

பள்ளபட்டி உஸ்வத்துன் ஹஸனா ஓரியண்டல் பள்ளியின் முன்னாள் தலைமையாசிரியை ஹாஜியா கமருன்னிஸா அப்துல்லாஹ், டாக்டர் நபீஸா கலீம், ஜனாபா ஹனீபா அப்துல் கரீம் ஆகியோர்களின் சமய இலக்கியப்பணிகள் போற்றுதற்குரியது.

தற்போது இளையான்குடியைப் பூர்வீகமாகக் கொண்டு ஹைதராபாத்தில் குடியிருந்து வரும் மிஸ்ரியா எனப்படும் பாத்திமுத்து சித்திக், கிரசண்ட் நிறுவனத்தைச் சேர்ந்த ஷரீபா அஜீஸ், பேரா. சுமையா தாவூத், பேரா. ரஜப் நிஷா, பேரா. நசீமா பானு, பேரா. பர்வீன் சுல்தானா, யாஸ்மின் பாத்திமா, வழுத்தூர் அம்மாஜான், புலவர் அ. அஹமது பஷீரின் துணைவியான கதீஜா பேகம், மதுரை மஹபூப் பாளையம் பாரிசா ஆலிமா, காரைக்கால் சவ்தா உம்மாள், மு. பாத்திமா பீவி, பள்ளபட்டி மு. ரஷீதா, மதுரை பிறைப்பள்ளியில் பணியாற்றும் சகுபர் நிஷா, தேனி மஹ்தூம் ஆரிபா, மதுரை மு. ஜஹான், கவிக்கோவின் சகோதரி மதுரை ராயல் ஆங்கிலப்பள்ளியின் நிறுவனர் கோரிஜான், மதுரை சயீதாபானு, பள்ளபட்டி ஷம்ஸியா பேகம், கோவை கே. ஜெய்புன்னிஸா, கீழக்கரை மஹபூப் மஜீதா மைந்தன், திருச்சி பாலக்கரை எஸ். ஜான்பேகம் ஆகியோர்களும் கவிதைத்துறையில் இரவாஞ் சேரி ஜைபுன்னிஸா, அடியக்கமங்கலம் நஜ்மா முகியிதீன், திருச்சம்பள்ளி நூர்ஜஹான், திருமங்கலம் பாத்துமுத்து, நயிமுன்னிஸா (ஜனாபா கமருன்னிஸா அவர்களின் மகள்) மதுரைவாசியான இவர் மஸ்கட்டில் ஆங்கில விரிவுரையாளராகப் பணியாற்றி வருகின்றார். சேலம் கே. பரீதா பானு இன்னும் பலர் உள்ளனர். அனைவரையும் அறிவோம்.

○○○

4

இஸ்லாமியத் தமிழிலக்கியங்களின் தோற்றம்

அரபு மக்கள் கிழக்கு, மேற்கு வணிகத் துறையில் பெரும் முனைப்பாக இருந்ததை வரலாற்றுச் சான்றுகள் நிரூபிக்கின்றன. தமிழகத்தைப் பொருத்தவரையில் பாண்டிய நாட்டின் துறைமுகப் பட்டினங்களே தூரக் கிழக்கு நாடுகளுக்கும் மேலை ஆசிய நாடுகளுக்கும் இடையிலான கடல் வணிகத் தொடர்பிற்குக் களனாக விளங்கின.

அவற்றுள் முக்கியமானது பவுத்திர மாணிக்கப் பட்டினம். மன்னார் வளைகுடாவில் அமைந்துள்ள புவுத்திர மாணிக்கம்பட்டினம் ராமேஸ்வரம் அல்லது தனுஷ்கோடியுடன் முடியும். இதற்கு நேர் வடக்கில் அமைந்துள்ள வியாபாரத்தலமாக விளங்கியது தேவிபட்டினம். தென்காயல் என்று அழைக்கப்பட்ட புத்திர மாணிக்கப்பட்டினம் மேற்கு ஆசிய நாடுகளிலிருந்து வரும் வியாபாரத் தொடர்புகளுக்கும், வடகாயல் என்று அழைக்கப்படும் தேவிபட்டினம் தூர கிழக்கு நாடுகளின் வியாபாரத் தொடர்புகளுக்கும் மையமாக விளங்கின. பாண்டியர் ஆட்சிக் காலத்தில் பவுத்திர மாணிக்கப்பட்டினம், தேவிபட்டினம் ஆகிய இரு துறைமுகங்களும் வெளிநாட்டவரின் வியாபாரத் தொடர்பிற்கு இடமாக விளங்கியதை வரலாற்றுச் சான்றுகள் உணர்த்துகின்றன.

பாரசீக வளைகுடாவில் உள்ள கைஸ் என்னும் தீவு இந்நாளைய ஹாங்காங் துறைமுகம் போலப் பெரும் வணிகத் தலமாக விளங்கியது. அன்றைய வணிகத் தலமான கைஸ் துறைமுகம், புவுத்திர மாணிக்கப்பட்டினம், தேவிபட்டினம் முதலானவைகள் ஐரோப்பியர்களுக்கும் அரபு தேசத்தவர்களுக்கும் பண்டமாற்று வியாபாரத்திற்குரிய மையமாகத் திகழ்ந்தன.

அன்றைய பாண்டிய நாட்டில் அரபு தேசத்து வணிகர்கள் செல்வாக்குப் பெற்றிருந்தனர். அதன் பயனாய் அவர்கள் பாண்டிய நாட்டுக் கடற்கரைப் பட்டினங்களிலே குடியேறத் தொடங்கினர். அரபு நாட்டு மக்கள் தமிழகத்துடன் தொடர்பில் இருந்ததை சங்க கால இலக்கியங்களிலே நிரம்பக் காணலாம். சங்க இலக்கியங்களில் அரபு தேசத்து வணிகர்கள் 'யவனர்' என்னும் சொல்லாட்சியில் குறிக்கப்பட்டுள்ளனர். யவனரின் தமிழக வருகை வியாபார நோக்கமாகவே அமைந்தது. இதனை அகநானூற்றுப் பாடல் இவ்வாறு குறிக்கிறது.

கள்ளியம் பேரியாற்று வெண்ணுரை கலங்க
யவனர் தந்த வினை மாண்கலம்
பொன்னெடு வந்து கறியொடு பெயரும்
வளங்கெழு முசிறி (149)

இங்குக் கறி என்னும் சொல் மிளகினையும் முசிறி என்பது முசிறிப்பட்டினத்தையும் குறிப்பதாகும். எனவே மிளகு போன்ற வாசனைப் பொருட்களால் ஈர்க்கப்பட்டே யவனர்கள் கிழக்கு நாடுகளுக்கும், குறிப்பாகத் தமிழகத்திற்கும் வருகை தந்தனர். அவர்களின் வியாபாரத் தொடர்பே நாளடைவில் தமிழகத்தில் அரபு நாட்டவரின் குடியேற்றமாகத் தொடங்கியது. இந்தக் குடியேற்றம், இஸ்லாம் இவ்வுலகில் பரவுவதற்கு முன்னரே நடைபெற்றிருத்தல் வேண்டும். 'கிறித்தவ ஆண்டு தொடங்கியதற்கு முன்னரேயே அரபிகள் இலங்கையிலும் தென் இந்தியாவிலும் குடியேறினர்' என்று பிளினி என்னும் வரலாற்றாசிரியர் கூற்றும் மேற்கூறிய கருத்திற்கு அரண் செய்வதாக உள்ளது.

தமிழகத்தில் இஸ்லாத்தைப் பரப்பியவர்களும் இன்றைய முஸ்லீம்களுக்கு முன்னோடியாக விளங்கியவர்களும் மேற்குறித்த வியாபார நிமித்தமாக இங்கு வந்து குடியேறிய அரபியர்களே. அத்தகையவர்களின் குடியேற்றம் பெருமானார் நபிகள் நாயகம் அவர்களது காலத்திலும் தொடர்ந்து வலுப்பெற்றது. வியாபார நிமித்தமான குடியேற்றம் நபிகள் காலத்தில் சமயச்சார்பாகவும் அமைந்து தொடரலாயிற்று.

நபிகள் நாயகம் (சல்) அவர்களின் தோழர்களான தமீமுல் அன்சாரி அவர்களினதும் அபீலக்காங் அவர்களினதும் கல்லறைகள் தமிழகத்தில் இருப்பது இஸ்லாத்துக்கும் தமிழகத்திற்கும் உள்ள அப்போதைய நெருங்கிய உறவை எடுத்துக்காட்டுகிறது.

இவ்வுறவு நிலையை எடுத்துக்காட்ட எத்தனையோ அகச் சான்றுகளைத் தமிழகத்தில் காணலாம்.

ஆனால் ஆரம்பக் காலத்தில் தமிழக முஸ்லிம்கள் வியாபாரக் கண்ணோட்டத்திலேயே அவர்களது கவனத்தைச் செலுத்தினர். பின்னர் நாளடைவில் குடியேற்றம் அதிகரிக்க அதிகரிக்க அது மார்க்கத்திலும் அமையலாயிற்று. இறைநேயச் செல்வர்களும், மார்க்கப் பெரியோர்களும் இஸ்லாமியக் கருத்துகளைப் பரப்புவதை முதற்பணியாகக் கொண்டு செயலாற்றினார்கள்.

இதற்கு வரலாற்றுப் பின்புலத்தில் தமிழகத்தில் இஸ்லாம் இருந்த காலக்கட்டத்தில் தமிழுக்கும் ஏனைய பிற இந்தியச் சமயங்களுக்கும் உள்ள தொடர்பினை இங்குள்ள முஸ்லிம் பெருமக்கள் உன்னிப்பாகக் கவனிக்கத் தொடங்கினார்கள். இதன் பயனாகவே தமிழை அடிப்படையாகக் கொண்டு தங்களது சமயக் கொள்கைகளை வளர்த்துக் கொள்ளும் உத்தியையும் இங்குள்ள முஸ்லிம் சமயப் பெரியோர்கள் பின்பற்றத் தொடங்கினார்கள்.

அதுவே இஸ்லாமும் தமிழும் இணையும் காலக்கட்டமாக உருவானது. இதன் பயனாய் இஸ்லாம் தமிழகமெங்கும் பரவலாயிற்று. இஸ்லாமிய கருத்துக்களைப் பரப்புவதற்கு மொழியின் தேவையை உணரத் தலைப்பட்ட பின்னரே இஸ்லாமியத் தமிழிலக்கியங்களின் தோற்றம் தமிழிலக்கிய வரலாற்றில் உதயமாயிற்று.

○○○

5

தமிழிலக்கிய உலகில் பல்சந்த மாலை

பல்சந்த மாலை கிபி *12* ம் நூற்றாண்டில் தோன்றியது. இந்த நூல் முழுமையாகக் கிடைக்கவில்லை. இன்று எட்டு பாடல்களே கிடைத்துள்ளன. இந்த எட்டு பாடல்களும் ஒரு உரைநூல் ஒன்றில் மேற்கோள் காட்டப்பட்டு இருந்தன. இதை வையாபுரிப்பிள்ளை பதிப்பித்த 'களவிற் காரிகை' என்று பதிப்பித்தார்.

இஸ்லாமியத் தமிழிலக்கிய வரலாற்றிற்கு அச்சாரமிட்ட பெருமை பல்சந்தமாலை என்னும் இலக்கியத்தைச் சாரும். பல்சந்தமாலை என்பது இஸ்லாமியத் தமிழிலக்கியம் என்பதைப் பல்வேறு சான்றாதாரங்களின் அடிப்படையில் அறிய முடிகிறதே தவிர நூல் முழுமையும் நமக்குக் கிடைத்தில. இவ்விலக்கியத்துள் இடம்பெற்றுள்ள எட்டுப் பாடல்கள் மட்டுமே நமக்குக் கிடைத்துள்ளன.

பழங்காலத்தில் தோன்றிய அகப்பொருள் பற்றிய ஒரு நூலுக்கு எழுதப்பட்ட உரையிலேயே மேற்குறித்த எட்டுப் பாடல்களும் சான்றுச் செய்யுட்களாக இடம்பெற்றுள்ளன. இவ்வகப் பொருள் நூல்கூட இன்னும் தமிழிலக்கிய ஆய்வாளர்களால் முழுமையாகக் கண்டுகொள்ள முடியவில்லை. இவ்வகப் பொருள் நூலினை வையாபுரிபிள்ளை 'களவிற் காரிகை' என்று பெயரிட்டு 1931இல் பதிப்பித்துள்ளார். இந்நூலின் ஒரே ஒரு கையெழுத்துப் படி சென்னையில் உள்ள அரசாங்கத்தின் தொன்னூல் காப்பகத்தில் பாதுகாக்கப்பட்டிருந்தது.

இதில் இடம்பெற்றிருந்த ஆங்கிலக் குறிப்பினால் இது ஆழ்வார் திருநகரி மலையப்பிள்ளைக் கவிராயருக்குரிய ஏட்டுப் படிகளுள் ஒன்றாக இருந்தது என்பதும், அவ்வேட்டுப்

படியின்றும் நாதமுனைப்பிள்ளை என்பவர் 1920ஆம் ஆண்டு ஜனவரி மாதம் பன்னிரண்டாம் தேதியில் படி எடுத்தார் என்பதையும் அறியலாம். அதுவே வையாபுரிப்பிள்ளை களவியல் காரிகை என்ற தலைப்பில் அவ்வகப்பொருள் துறைகளைப் பதிப்பித்து வெளியிட மூலமாக அமைந்தது.

இந்நூல் குறித்துப் பதிப்பாசிரியர் வையாபுரிப்பிள்ளை கூறும்போது 'கையெழுத்துப் பிரதியில் இறையனாரகப் பொருட்துறையைச் சங்கச் செய்யுளாக உதாரணம் எழுதியது' எனக் குறிப்பிட்டுள்ளதாகக் கூறியுள்ளார். 'இக்குறிப்பு' இன்னதென உணர்வதற்கு அதன் புறத்தே எழுதி வைக்கும் தலைக்குறிப்பாகவே கொள்ளவேண்டுமேயன்றி நூலின் பெயரல்ல என்பது திண்ணம்' என்பதையும் குறிப்பிடும் வையாபுரிப்பிள்ளை, இவ்வகப்பொருள் நூலுக்கு இப்போது இடப்பட்டுள்ள பெயரான களவியற் காரிகை என்பது தம்மாலே சூட்டப்பட்ட பெயர் என்பதையும் தெளிவுபடுத்தியுள்ளார். எனவே தற்போது அவ்வகப்பொருள் நூலுக்குரிய பெயராக, வையாபுரிப்பிள்ளை சூட்டிய களவியற் காரிகை என்னும் பெயரே கொள்ளப்படுகிறது.

களவியற் காரிகையில் விளக்கப்படும் அகப்பொருட் துறைகளுக்கு எடுத்துக்காட்டுகள் பல்வேறு பழைய இலக்கியங்களிலிருந்து தரப்பட்டுள்ளன. இத்தகு எடுத்துக்காட்டுகளில் அடங்கியுள்ள எட்டுச் செய்யுட்கள் மட்டும் பல்சந்தமாலை என்னும் இலக்கியத்தைச் சார்ந்ததாகக் காணப்படுகிறது. நமக்குப் பல்சந்தமாலை என்னும் தனித்ததொரு இலக்கியம் கிடைக்காவிடினும் இச்சான்றாதாரச் செய்யுட்களைக் கொண்டு இத்தகு இலக்கியம் இருந்து அழிந்திருக்க வேண்டும் என்பதை நன்கு அறியமுடிகிறது.

இனி, பல்சந்தமாலை, இஸ்லாமியத் தமிழிலக்கியம் என்பதற்குரிய காரணங்கள் சிலவற்றைக் காண்போம். வையாபுரிப்பிள்ளை தம்முடைய பதிப்பின் இறுதியில் மேற்கோள் நூல்கள் பற்றியக் குறிப்பு ஒன்றை இணைத்துள்ளார். அதில் பல்சந்தமாலை குறித்து அவர் கூறும்போது

பல்சந்தமாலை என்னும் பெயருடைய நூல் ஒரு சில செய்திகளைப் புலப்படுத்துகின்றது.

பன்னிரு பாட்டியலில் பல்சந்தமாலை என்பது ஒரு பிரபந்த வகை எனக் கூறப்பட்டுள்ளது. எனவே இந்நூல் அப்பிரபந்த வகையைச் சார்ந்ததாக இருத்தல் கூடும். இந்நூல் வச்சிர நாட்டு வகுதாபுரியில் அரசு புரிந்த அஞ்சு வண்ணத்தார் மரபினனாகிய ஒரு முகமதிய முஸ்லிம் மன்னனைக் குறித்துப் பாடப்பெற்றதாகும்.

வகுதாபுரியை இக்காலத்தில் காயற்பட்டினம் என வழங்குவர். வகுதாபுரிக்கு அந்து பார் என ஒரு பெயரும் இருத்தல் வேண்டும் என்பது பல்சந்தமாலையின் ஒரு செய்யுளால் புலப்படுகிறது எனவும் குறிப்பிட்டுள்ளார்.

மேலும் பல்சந்தமாலைச் செய்யுட்களாகக் கிடைத்துள்ளனவற்றின் உள்ளடக்கக் கருத்துக்களை மையமாகக் கொண்டு இச்செய்யுட்கள் அடங்கிய நூல் இஸ்லாமியச் சமயத்தைச் சார்ந்த நூல் என்பதைத் தெளிவாக உணரலாம். இவற்றுள் ஒரு செய்யுளை மட்டும் இங்குக் குறிப்பிடுகிறோம்.

இல்லார் நுதலயு நீயுமின் றேசென்று மேவுதிர்கு
தெல்லா முணர்ந்தவ ரேழ் பெருந்த தரங்கத் தியவனர்கள்
அல்லா வெனவந்து சத்திய நந்தாவகை தொழுஞ் சீர்
நல்லார் பயிலும் பழனங்கள் சூழ்தரு நாட்டகமே

இச்செய்யுளின் மூன்றாவது அடியில் வரும் 'அல்லாவென வந்து சத்திய நந்தா தொழூஞ்சீர்' என்பது பல்சந்தமாலை இலக்கியம் இஸ்லாமியச் சார்புள்ளது என்பதற்கோர் காரணமாகக் கொள்ளலாம். இதுபோன்று ஏனைய செய்யுட்களின் உள்ளடக்கக் கருத்துக்களும் பல்சந்தமாலை இஸ்லாமியத் தமிழிலக்கியமே என்பதைப் பறைசாற்றுகின்றன.

கால ஆராய்ச்சியைப் பல்சந்த மாலையின் மொழி இயல்பினைக் கொண்டு ஓரளவு கணிக்கலாம். பல்சந்தமாலையின் காலம் தொடர்பாக மு. அருணாசலம் கூறும்

போது 14ஆம் நூற்றாண்டினைச் சார்ந்தது என்பர். ஆனால் இது பொருந்துவதன்று. பல்சந்தமாலையில் இடம்பெற்றுள்ள செய்யுட்களில் அதன் ஆசிரியர் தொல்காப்பியரின் மொழி மரபினைப் பின்பற்றியுள்ளார். ஆனால் அதே நேரத்தில் நன்னூல் கருத்துகளுக்கு ஏற்புடையதாகக் காணப்படவில்லை. இதில் ஆசிரியர் சோனகரைக் (முஸ்லிம்களை) குறிக்க யவனர் என்ற சொல்லாட்சியை இரு இடங்களில் பயன்படுத்தியுள்ளார். அத்துடன் 'இயவனராசன்' என ஒரு செய்யுளை ஆரம்பிக்கின்றார்.

'இயவனராசன் கலுபா தாமுதலெண்ண வந்தோர்'..

என அமைகிறது இச்செய்யுள். இனி பிறிதொரு செய்யுளில் இரண்டாமடி

'தெல்லா முணர்ந்த ரேழ்பெருந்த தரங்கத் தியவனர்கள்'

என உள்ளது. இவ்விரண்டு செய்யுட்களிலும் இயவனர் எனவே உள்ளது. முதலாம் செய்யுளில் இயவனர் என்பது பாடலை ஆரம்பிக்கும் சொல்லாக வர மற்ற செய்யுளில் யகரத்தின் முன் வந்த குற்றயலிகரம் முற்றியலிகரமாக மாறி 'இயவனர்' என வந்துள்ளது.

யவனர் எனப் பாடலில் பயன்படுத்தி இருந்தால் அம்மரபு தொல்காப்பிய மொழி வழக்காறு நிலைக்கு முரணாக இருந்திருக்கும். சான்றோர் அதனைத் தவறு எனக் கருதுவர். பல்சந்தமாலை ஆசிரியர் வாழ்ந்த காலத்தில் அகரத்தோடு யகரமெய் மொழிக்கு முதலில் வரும் என்ற நிலை இருந்திருக்காமல் இருக்கலாம்.

எனவேதான் பல்சந்தமாலை ஆசிரியர் இயவனர் என்னும் சொல்லைப் பயன்படுத்தியிருக்கிறார். ஆனால் இம்மரபு நன்னூல் கூறும் மொழி இலக்கணத்துக்கு முரணானது. எனவே பல்சந்தமாலை ஆசிரியர் காலத்தை நன்னூல் எழுதிய பவணந்தி முனிவர் காலத்துக்கு முற்பட்டதாகக் கொள்ளல் வேண்டும். பவணந்தியாரின் காலம் 13ம் நூற்றாண்டின் முற்பகுதி என்பது தெளிவு. அப்படியாயின் அதற்கு முற்பட்ட காலமான 12ஆம் நூற்றாண்டினையே பல்சந்தமாலை

சார்ந்ததாக இருத்தல் வேண்டும். இக்காலத்தையே இஸ்லாமியத் தமிழிலக்கியங்களின் தொடக்க காலமாகக் கொள்ளலாம்.

பல்சந்தமாலை என்னும் தமிழிலக்கியத்தின் மூலமாக தமிழிலக்கிய உலகில் கால்கோள் கொள்ளத் தொடங்கிய இஸ்லாமியத் தமிழிலக்கியப் பிரிவு இன்றளவு ஒன்பது நூற்றாண்டு கால இலக்கியப் பாரம்பரியத்தைத் தமக்கெனவுடையதாகக் கொண்டுள்ளது.

இவ்வொன்பது நூற்றாண்டு கால எல்லையில் ஏறத்தாழ இரண்டாயிரத்துக்கும் மேற்பட்ட பல்வேறான வகைப்பட்ட தமிழிலக்கியங்களைப் பெற்றுத் தமக்கெனச் சுட்டிக்காட்டத்தக்க இலக்கிய வரலாற்றுப் பின்னணியை இஸ்லாமியத் தமிழிலக்கியப் பிரிவு பெற்றுள்ளது.

○○○

6

யாகோபுச் சித்தர் பாடல்கள்

தாங்கள் வாழ்ந்த சமூகத்தை நல்வழிப்படுத்த மட்டுமே சித்தர்கள் முயன்றார்கள். உயர்ந்த மெய்ஞானத் தேடலில் ”மெய்யுணர்வு” நிலையான இறை நிலையை உணர்ந்தவர்கள் அனைவருமே சித்தர்கள்தான். இதனை இந்து மதத்தில் முக்தி நிலை என்கின்றனர். இஸ்லாத்தில் இதனை “தாவ்ஹீத்” என்றழைக்கின்றனர்.

இத்தகைய உயர் நிலையினை எய்தியவர்களே இஸ்லாத்தில் ‘‘நபிமார்கள்” என்று அழைக்கிறார்கள். இவர்கள் உலக மக்களை உய்விக்க பல முயற்சிகளைச் செய்து இன்றும் நம்மிடையே வாழ்ந்து கொண்டிருக்கின்றனர். பூவுலகில் மக்களின் மனதில் அன்பும், சகோதரத்துவமும் நிலைத்திருக்கவும், நீடிக்கவும் வழிகாட்டும் இவர்களை மக்கள் இறை தூதர் எனப் போற்றுகின்றனர்.

இதற்கு ஆதாரமாக யாகோபு சித்தரின் ‘‘யாகோபு சுண்ணகாண்டம்” என்னும் நூலின் கடவுள் வணக்கப் பாடலைப் பார்க்கலாம்.

"ஆனந்தமாய் நிறைந்த அல்லா பாதம்
அடுத்துநின்ற சித்தநபிமார்கள் பாதம்போற்றி
தானந்த மகமதுவை தொழுது போற்றி
தாட்டிகமாய் சுண்ணமென்ற காண்டம்
தன்னை வானந்த மாகவே அறுநூறாக
வகையாகப் பாடினேன் வண்மையாகக்
கோனந்த மெய்ப்பொருளா மின்னூல்தன்னை
குறிப்பாகப் பாடினேன் கூர்ந்து பாரே"

– யாகோபுச் சித்தர்

எங்கும் ஆனந்தமாய் நிறைந்து நிற்கின்ற அல்லாவின் பாதங்களையும், அல்லாவின் வழிநடக்கின்ற சித்தர்களான நபிமார்களின் பாதங்களையும் தானே தானாய் நின்ற முகமதுவின் பாதங்களையும் போற்றி உறுதியுடன் சுண்ணமென்ற இந்தக் காண்டத்தை உண்மையுடன் பாடினேன். உண்மைப் பொருளான இந்நூலை மிகவும் குறிப்புடன் பாடினேன்; ஆழ்ந்து கவனித்துப்பார் என்று தனது நூலைத் தொடங்குகிறார்.

இதன் மூலம் இஸ்லாம் மதத்தில் தெய்வத்தன்மை பொருந்திய சித்த புருசர்களை நபிமார்கள் என்றழைக்கிறார்கள் என்பது புலனாகிறது.

இராமதேவர் என அழைக்கப்பட்டவரே பின்னர் இஸ்லாமியக் கோட்பாடுகளில் ஆழ்ந்து தன்னை யாக்கோபு சித்தர் என அழைத்துக் கொண்டதாகத் தகவல்கள் கூறுகின்றன.

பல்சந்தமாலைக்கு அடுத்த நிலையில் யாகோபுச் சித்தர் பாடல்கள் *(15 ஆம் நூற்றாண்டு)*

ஆயிர மசலா (கி.பி. 1572),

மிகுராஜ் மாலை (கி.பி.1590),

திருநெறி நீதம் (கி.பி. 1613),

கனகாபிஷேக மாலை (கி.பி. 1648),

சக்கன் படைப்போர் (கி.பி. 1686),

முதுமொழி மாலை (17 ஆம் நூற்றாண்டின் இறுதி)

சீறாப்புராணம் (கி.பி. 1703),

தமிழில் இஸ்லாம் சமய இலக்கியம் இல்லை என்ற குறையை உமறுப்புலவர் சீறாப்புராணம் பாடி நிறைவாக்கினார். பின்னர் வெளிவந்த இராஜநாயகம் போன்ற சிறந்த நூல்கள் தோன்றுவதற்கு முன்னே அந்நூல்களுக் கெல்லாம் முன்னோடியாக இருந்து வழி காட்டியவர் உமறுப் புலவர்.

உமறுப் புலவரின் கவிதை நடையை அறிய வேண்டுமானால் அந்நூலைப் படித்துத்தான் அறிய வேண்டும்.

ஆயினும் அக்காவியத்திலிருந்து இரண்டொரு செய்யுட்களைக் காட்டி, இதனை முடிக்கிறேன்.

கபுகாபு என்னும் சிறுவனை அவனுடைய பெற்றோர் எப்படி அருமையாக வளர்த்தார்கள் என்பதை உமறுப் புலவர் இவ்வாறு கூறுகிறார்.

"உத்தமர் செல்வம் போன்றும் உளத்தணுமா சொன் றில்லா
பத்தியர் தவமே போன்றும் பகரரும் விசும் பிற்றோன்றும்
சித்திர மதியம் போன்றும் செவ்வியர் இருவர் ஆவி
வைத்ததோர் உடம்பு போன்றும் நாட்கு நாள் வளர்ந்திட்டாரால்."!

திருமக்காப்பள்ளு (17ஆம் நூற்றாண்டு) முதலான ஒன்பது இலக்கியங்கள் இடம் பெறுவதாக அவற்றின் கால எல்லை அடிப்படையில் வரையறை செய்யலாம். பல்சந்த மாலையுடன் சேர்த்து இப்பத்து இலக்கியங்களையும் தொடக்க கால இஸ்லாமியத் தமிழிலக்கியங்களாகக் கொள்ளலாம்.

தொடக்க காலத்தில் இஸ்லாமும் தமிழும் இணைந்த நிலையிலேயே படைப்போர் இலக்கியம் ஒன்றும் தோன்றி இருப்பது இங்கு குறிப்பிடற்பாலது. தொடக்க காலத்தில் ஒருசில இலக்கியங்களே வரப்பெற்ற போதிலும் இஸ்லாமியத் தமிழிலக்கியங்களின் வருகை நிலை காலப்போக்கில் பெருகலாயிற்று. கி.பி. 18, 19, 20 ஆம் நூற்றாண்டுகளில் இன்றுள்ள இஸ்லாமியத் தமிழிலக்கியங்கள் அனைத்தும் அடங்கும். இந்நூற்றாண்டுகளை இஸ்லாமியத் தமிழிலக்கிய ஆக்கத்தின் பொற்காலமாகக் கருதலாம்.

இஸ்லாம் தமிழுக்காற்றியுள்ள பணிகளுள் குறிப்பிடத்தக்கது, வேறு எந்தவொரு தனிப்பட்ட சமயமும் அளித்திராத எண்ணிக்கையில் காப்பியங்களைப் படைத்தருளியிருப்பதாகும். கனகவிராஜரின் கனகாபிஷேக மாலை, உமறுப்புலவரின் சீறாப்புராணம், கேசாதி நயினாரின் திருமணக்காட்சி, பனியமுகமது மரைக்காயரின் சின்னச் சீறா, வண்ணக் களஞ்சியப் புலவரின் இராஜ நாயகம், சேகனாப் புலவரின் குத்புநாயகம், வண்ணக்களஞ்சியப் புலவரின் குத்பு நாயகம், பகுறுத்தீன் புலவரின் முஹியித்தீன் புராணம், சேகனாப்

புலவரின் திருமணி மாலை, புதுகுஷ்ஷாம், திருக்காரணப் புராணம், வண்ணக் களஞ்சியப் புலவரின் தீன்விளக்கம், ஐதுறூசு நயினார் புலவரின் நவமணிமாலை, குலாம் காதிறு நாவலரின் நாகூர் புராணம், ஆரிபு நாயகம் போன்ற பதினைந்து இஸ்லாமியத் தமிழ்க் காப்பியங்களை இயற்றித் தந்த பெருமை முஸ்லிம் தமிழ்ப் புலவர்களைச்சாரும்.

காப்பியங்களுடன் முஸ்லிம் தமிழ்ப்புலவர்கள் நின்றுவிடவில்லை. தமிழிலக்கிய வரலாற்றில் காலத்திற்கேற்ப தோன்றியுள்ள பல்வேறான இலக்கியவகைகளில் தங்களது பங்களிப்பினை நிலைநாட்டியுள்ளார்கள். அத்துடன் தமிழிலக்கிய வரலாற்றிற்குச் சில புதிய இலக்கிய வடிவங்களையும் அறிமுகம் செய்வித்த பெருமை முஸ்லிம் புலவர்களைச் சாரும். இத்தகு இலக்கிய வடிவங்களே புதுவகை இஸ்லாமியத் தமிழிலக்கியங்களாக இடம் பெற்றுள்ளன. இங்ஙனம் இஸ்லாமும் தமிழும் இணைந்ததின் பயனாக எண்ணிலடங்காத் தமிழிலக்கியங்கள் தோன்றியுள்ளன. இன்றும் தோன்றிய வண்ணம் உள்ளன. இதன் காரணமாக இஸ்லாமியத் தமிழிலக்கியப் பிரிவுத் தமக்கெனத் தனித்ததொரு இலக்கிய வரலாற்றுப் பின்னணியைப் பெற்றுச் சிறக்கிறது. இத்தகு இஸ்லாமியத் தமிழிலக்கிய வரலாறு தமிழிலக்கிய உலகிற்கு ஓர் உன்னதமான கொடையாகவே விளங்குகிறது.

○○○

7

ஷெய்கு முஸ்தபா

ஷெய்கு முஸ்தபா 19ஆம் நூற்றாண்டு காலப்பகுதியில் வாழ்ந்த இஸ்லாமிய அறிஞரும், கவிஞரும் ஆவார்கள்.

செய்கு முஸ்தபா றஹ்மதுல்லாஹி அலைஹி அவர்கள் கி.பி. 1836ஆம் ஆண்டு இலங்கையின் தெற்கே பேருவளை நகரில் பிறந்தார். இவர்கள் இஸ்லாத்தின் மூன்றாவது கலீபாவான ஹஸ்ரத் உஸ்மான் றழியல்லாஹு அன்ஹு அவர்களின் வழித்தோன்றலாவார். தனது சிறுவயதிலே தாயையும், தந்தையையும் இழந்தார். பின்னர் தனது சகோதரியின் அரவணைப்பில் வாழ்ந்தார். சிறுவனாக இருக்கும் போதே (அப்ஜத்) தேர்ச்சி பெற்றிருந்தார்.

நூல்கள்

பல்சந்த மாலை என்பது தமிழில் எழுந்த முதல் இசுலாமியத் தமிழ் இலக்கியம் ஆகும். இது கிபி 12ம் நூற்றாண்டில் தோன்றியது. இந்த நூல் முழுமையாகக் கிடைக்கவில்லை. இன்று எட்டுப் பாடல்களே கிடைத்துள்ளன. இந்த எட்டுப் பாடல்களும் ஒரு உரைநூல் ஒன்று மேற்கோள் காட்டப்பட்டு இருந்தன. இதை வையாபுரிப்பிள்ளை 'களவிற்காரிகை' என்று பதிப்பித்தார்

ஆயிரமசலா தமிழில் முதலில் தோன்றிய இசுலாமிய இலக்கியங்களில் ஒன்று. இது கிபி 1572இல் வண்ணப் பரிமளப் புலவரால் இயற்றப்பட்டது. இது நபிகள் நாயகத்தின் வாழ்க்கை வரலாற்றை அடிப்படையாகக் கொண்டது

மிகுராசு மாலை என்பது தமிழில் தோன்றிய முதல் இசுலாமிய இலக்கியங்களுள் ஒன்று. இது கிபி 1590

ஆண்டளவில் இயற்றப்பட்டது. இது நபிகள் பெருமானார் புறாக் என்னும் மின்பரியிலேறி வானுலகடைந்து இறைத்தரிசனம் பெற்று மீண்ட வரலாற்றைக் கூறுகின்றது.

முகைதீன் புராணம் என்பது முஹியித்தீன் அப்துல் காதிர் அல்ஜிலானி (றஹ்) அவர்களின் வரலாற்றினைக் கூறும் நூலாகும். இந்நூல் காயல்பட்டினத்தைச் சார்ந்த அப்துல் காதிர் நயினார் லெப்பை ஆலிம் என்பவரால் இயற்றப்பட்டது. முஹியித்தீன் அப்துல் காதிர் ஜீலானி (றஹ்) அவர்கள் பதினோராம் நூற்றாண்டில் தோன்றிய இசுலாமிய சீர்திருத்தவாதியாவார்.

மீதான் மாலை என்பது 1868 ஆம் ஆண்டில் அரபுத் தமிழில் எழுதி வெளியிடப்பட்ட ஒரு கவிதை நூலாகும். இதுவே இலங்கையின் தமிழ் அச்சிடல் வரலாற்றில் அச்சிடப்பட்ட முதலாவது நூலாகும். இதை இலங்கையைச் சேர்ந்த இசுலாமிய அறிஞர் செய்கு முஸ்தபா வலியுல்லா எழுதினார். 19ஆம் நூற்றாண்டில் நிலவிய மார்க்க முரண்பாடுகளைக் கிளத்தெறிவதிலும், உண்மை நெறியை மக்களது உள்ளங்களில் பரப்புவதிலும் இக்கவிதை நூல் முக்கிய இடம்பெற்றது. அரைகுறை அறிவோடு அறநெறி விளக்கம் கொடுக்க முயன்ற பலரது தவறான கருத்துக்களை இந்நூல் விளக்கி, மக்களுக்குத் தெளிவான இசுலாமிய நம்பிக்கைக் கோட்பாடு பற்றி விளக்கம் அளிக்கும் நூலாக அமையப் பெற்றுள்ளது இதன் சிறப்பம்சமாகும். இந்நூல் 149 கவிதைகளை வெண்பா வடிவில் கொண்டது. இசுலாமிய நம்பிக்கைக் கோட்பாட்டை அடிப்படையாகக் கொண்டு இந்நூல் எழுதப்பட்டுள்ளது. இது ஆறு சீர்கலி நெடுளாசிரியர் விருத்தங்களையும் உள்ளடக்கியதாக அமையப்பெற்றுள்ளது. இந்நூலுக்கான விளக்கவுரை செய்கு முஸ்தபா அவர்களின் மகனார் முஹம்மது ஹாஜியார் அவர்களால் எழுதப்பட்டுள்ளது.

தனது 12வது வயதில் கல்வியைத் தொடருவதற்கு இந்தியாவின் காயல்பட்டினம் நகருக்குச் சென்றார். அங்கு தப்ஸீர் (அல்குர்ஆன் விளக்கவுரை), ஹதீஸ்,

பிக்ஹ் போன்ற பல்வேறுபட்ட இசுலாமியக் கல்வியினைப் பெற்றார். பிற்காலத்தில், செய்கு முஸ்தபா றஹ்மதுல்லாஹி அலைஹி அவர்கள் மக்கா நகருக்கு கல்வி கற்பதற்காகச் சென்றார்கள். மக்கா நகரில், புனித மஸ்ஜிதுல் ஹரம் பள்ளிவாசலின் (கஃபா பள்ளிவாசல்) இமாமான செய்குல் இஸ்லாம் முப்தி ஸைனி தெஹ்லான் றஹ்மதுல்லாஹி அலைஹி அவர்களிடம் கல்வி கற்றார்கள். முப்தி ஸைனி தெஹ்லான் றஹ்மதுல்லாஹி அலைஹி அவர்களின் முதன்மை மாணவராக செய்கு முஸ்தபா றஹ்மதுல்லாஹி அலைஹி அவர்கள் விளங்கினார்கள். மேலும் மக்காவில் அஷ்செய்க் ஹிஸ்புல்லாஹி மக்கி றஹ்மதுல்லாஹி அலைஹி, அல்லாமா அஸ்ஸையித் அப்துல் ஹமீத் ஸர்வானி றஹ்மதுல்லாஹி அலைஹி போன்ற அறிஞர்களிடமும் கல்வி கற்றார்கள்.

இந்தியாவில் தனது கல்வியை முடித்துக்கொண்டு நாடு திரும்பிய செய்கு முஸ்தபா றஹ்மதுல்லாஹி அலைஹி அவர்கள், இலங்கையில் தனது சன்மார்க்கப் பணியினைத் தொடர்ந்தார். இந்தக் காலப்பகுதியில் யெமன் தேசத்தின் ஹழரமொத் நகரைச் சோந்த செய்கு அஹ்மத் முபராக் றஹ்மதுல்லாஹி அலைஹி என்ற இசுலாமிய அறிஞரைச் சந்திக்கும் வாய்ப்பு அவருக்குக் கிட்டியது. செய்கு அஹ்மத் முபாரக் றஹ்மதுல்லாஹி அலைஹி அவர்களைத் தனது ஆன்மீகக் குருவாக செய்கு முஸ்தபா றஹ்மதுல்லாஹி அலைஹி அவர்கள் ஏற்றுக் கொண்டார். செய்கு அஹ்மத் முபாரக் றஹ்மதுல்லாஹி அலைஹி அவர்கள், காதிரியதுன் நபவிய்யா எனும் இசுலாமிய சூபி சிந்தனைப் பிரிவைத் தோற்றுவித்தார். இவர்கள் இருவரும் சன்மார்க்கப் பணிக்காக இலங்கையின் காலி, மல்வானை, கஹடோவிட போன்ற பல இடங்களுக்குச் சென்று, அங்கு இசுலாமிய ஆத்மிக நிலையங்களை உருவாக்கினர். பேருவளையில் காதிரியதுன் நபவிய்யா இஸ்லாமிய சூபி சிந்தனைப்பிரிவின் தலைமையகத்தை இவர்கள் நிறுவினர். செய்கு அஹ்மது முபாரக் றஹ்மதுல்லாஹி அலைஹி அவர்கள் கி.பி.1862 இல் மரணமடைந்தார். அவர்கள் காலி தளாபிட்டிய ஜும்ஆ பள்ளிவாசலுக்கு அருகாமையில்

அடக்கம் செய்யப்பட்டார்கள். செய்கு அஹ்மது முபாரக் றஹ்மதுல்லாஹி அலைஹி அவர்களுக்குப் பின்னர் செய்கு முஸ்தபா றஹ்மதுல்லாஹி அலைஹி காதிரியதுன் நபவிய்யா இஸ்லாமிய சூபி சிந்தனைப்பிரிவின் தலைவராகச் செயற்பட்டார். அதற்கான உத்தரவும் அனுமதியும், செய்கு முஸ்தபா றஹ்மதுல்லாஹி அலைஹி அவர்களுக்கு செய்கு அஹ்மது முபாரக் றஹ்மதுல்லாஹி அலைஹி அவர்களால் கொட்டியாக்கும்புர நகருக்கு அண்மையிலுள்ள அம்பைப்பள்ளியில் வைத்து ஏற்கனவே வழங்கப்பட்டிருந்தது குறிப்பிடத்தக்கது. செய்கு முஸ்தபா றஹ்மதுல்லாஹி அலைஹி அவர்களின் காலத்தில் இலங்கைக்கு வந்து பேருவளையில் அவர்களைச் சந்தித்த யெமன் நாட்டைச் சேர்ந்த இஸ்லாமிய அறிஞர் அஹ்தல் மௌலானா றஹ்மதுல்லாஹி அலைஹி அவர்களால் பேருவளை மாளிகாச்சேனை தக்கியாவில் வருடாந்த புகாரி ஹதீஸ்கிரந்த பாராயண மஜ்லிஸ் ஆரம்பிக்கப்பட்டது

செய்கு முஸ்தபா றஹ்மதுல்லாஹி அலைஹி அவர்கள் தனது ஆறாவதும், கடைசியுமான ஹஜ் யாத்திரையை மேற்கொண்டார். ஹஜ் கிரிகையின் போது கடுமையான காய்ச்சலுக்கு உட்பட்ட அவர் 1888ஆம் ஆண்டு ஜூலை 25ஆம் திகதி மக்காவில் காலமானார். அவரது உடல் மக்காவின் ஜன்னதுல் முஅல்லா மயானத்தில், அன்னை கதீஜா றழியல்லாஹு அன்ஹா அவர்களின் அடக்க ஸ்தலத்துக்கு அருகில் அடக்கம் செய்யப்பட்டது.

பங்களிப்புக்கள்

செய்கு முஸ்தபா றஹ்மதுல்லாஹி அலைஹி அவர்கள் இஸ்லாமியத் தமிழ் இலக்கியத்துறைக்குப் பெரும் பங்காற்றியுள்ளார். மேலும், அவர்கள் பல்வேறுபட்ட புத்தகங்களை எழுதியுள்ளார்கள்.

திருமணிமாலை

இசுலாத்தின் இறைதூதர்களான நபிமார்களில் ஒருவரான நபி இப்ராகிம் அவர்களின் வாழ்க்கை வரலாற்றைக் கூறும்

காப்பியம் திருமணிமாலை ஆகும். இதனை தமிழ்நாட்டைச் சேர்ந்த அப்துல் காதிறு நெய்னா லெப்பை ஆலிம் புலவர் 1816 இல் படைத்தார். இக்காப்பியம் இயற்கையங் காண்டம் செயற்கையங் காண்டம் என இரு காண்டங்களைக் கொண்டது. முப்பத்தொரு படலங்களாகப் பிரிக்கப்பட்டுள்ள இக்காப்பியம் 1908 விருத்தப்பாக்களை உள்ளடக்கியது.

புதூகுஷ்ஷாம் (ஷாம் பிரதேச வெற்றி என்று பொருள்) முஸ்லிம்களால் சிரியா தேசம் வெற்றி கொள்ளப்பட்டதை அடிப்படையாகக் கொண்டு தமிழில் எழுதப்பட்ட செய்யுள் இலக்கிய நூல் இதுவாகும். முதன் முதலில் புதுகுஷ்ஷாம் என்ற காப்பியம் தோன்றியது. இக்காப்பியத்தைப் பாடியவர் செய்கு அப்துல் காதிறு நெய்னா லெப்பை ஆலிம் புலவர். ஆயிரத்துக்கும் அதிகமான செய்யுட்களைக் கொண்ட இக்காப்பியத்தை அடிப்படையாக வைத்து எழுந்ததே புதுகுஷ்ஷாம் என்ற வசன நூல். இதன் ஆசிரியர் முஹம்மது புலவர் ஆவார்.

நவமணிமாலை

நவமணிமாலை என்பது தமிழில் சிற்றிலக்கியங்கள் எனவும் வடமொழியில் பிரபந்தங்கள் எனவும் அழைக்கப்படும் பாட்டியல் வகைகளுள் ஒன்று ஆகும். நவம் என்னும் வடமொழிச் சொல் தமிழில் ஒன்பது என்பதைக் குறிக்கும். எனவே நவமணிமாலை என்னும் சொல் ஒன்பது மணிகளைச் சேர்த்துக் கோர்த்த மாலை எனப் பொருள்படும். இதற்கு ஏற்ப, நவமணிமாலை வெண்பா முதலாகிய ஒன்பது வகையான பாக்களும் பாவினங்களும் சேர்ந்து அமைந்த ஒரு சிற்றிலக்கியம். இது அந்தாதியாகவே அமையும் என்பது பாட்டியல் இலக்கணம்.

அசன்பே சரித்திரம் என்பது 1885 ஆம் ஆண்டில் எழுதப்பட்ட ஒரு தமிழ்ப் புதினம் ஆகும். இதுவே தமிழில் எழுதப்பட்ட இரண்டாவது புதினமாகக் கருதப்படுகிறது. இதை இலங்கை எழுத்தாளர் முகம்மது காசீம் சித்தி லெப்பை என்பவர் எழுதினார்.

அசன்பேயினுடைய கதை எகிப்திய அரச வம்சத்தைச் சேர்ந்த அசன் என்பவனின் சாகசங்களையும் காதலையும் சொல்லுகிறது. மர்மங்கள் நிறைந்த கதை. உண்மையே வெல்லும் என்ற சத்திய நெறியை இக்கதை போதிக்கின்றது. இக்கதை பின்வருமாறு தொடங்குகின்றது:

"கல்விச் செல்வங்களிலேயே மிகச் சிறந்த விளங்கா நின்ற மிசுறு தேசத்தின் இராஜதானியாகிய காயிரென்னும் பட்டணத்திலேயே செய்யிது பாஷா என்பவர் இராச்சிய பரிபாலனம் செய்யும் காலத்தில், அந்த பாஷாவினுடைய மாளிகைக்குச் சமீபமான ஓர் அலங்காரமுள்ள மாளிகையில் யூசுபுபாஷா என்பவரொருவர் இருந்தார். அவர் ராஜ வம்சத்தைச் சேர்ந்தவர். மஹா பாக்கியவந்தர். கதீவுடைய மந்திரிமார்களிலொருவர் மதம் பிடித்த யானையை நடத்தும் பாகன் அதை நயபயத்தினால் நல்வழி நடத்துவதுபோல அரசன் கோபித்தாலும் அவனை விட்டகலாது அப்போது வேண்டும் யுக்தி புத்திகளை யிடித்திடித்துப் புகட்டும் தொழிலை விடாமலிருப்பவர். நேரான காரியங்களில் சோராத துணிவுள்ளவர். பின்னே வருங்கருமங்களை முன்னே அறிந்து தெரிவிக்கும் மூதறிவுடையவர். காலமும் இடமும் ஏற்ற கருவியும் தெரிந்தவர். பிரஜைகளெல்லாம் தமது திறமை முதலிய நற்குணங்களைப் புகழப் பெற்றவர். ஆங்கிலேயர், பிரான்ஸியர் முதலிய ஐரோப்பியர்களெல்லாம் தமது விவேக நுட்பத்தை வியந்து பாராட்டும்படி யதிகாரஞ் செலுத்துபவர்."

அசன்பே சரித்திரத்தையும், பிரதாப முதலியார் சரித்திரத்தையும் ஒப்பிட்டு முனைவர் தே. நேசன் என்பவர் ஒப்பாய்வு செய்துள்ளார்

○○○

8

சேக் பீர்முகம்மது சாகிபு

சேக் பீர்முகம்மது சாகிபு ஒரு இசுலாமியத் தமிழ் அறிஞர். இவர் இருபதுக்கும் மேற்பட்ட இசுலாமியத் தமிழ் ஞான இலக்கியங்களை இயற்றி உள்ளார்.

படைப்புகள்

ஞானப்புகழ்ச்சி
ஞானமணி மாலை
ஞானரத்தினக் குறவஞ்சி
ஞானப்பால்
ஞானப்பூட்டு
ஞானக்குறம்
ஞான ஆனந்தக் களிப்பு
ஞான சித்தி
திருமெஞ்ஞானச் சரநூல்
ஞானமுச்சுடர்ப் பதிகங்கள்
ஞானவிகட சமர்த்து
ஞானக்கண்
ஞானத்திறவுகோல்
ஞான நடனம்
மெஞ்ஞான அமிர்தகலை
மெஞ்ஞானக் களஞ்சியம்
பிசுமில் குறம்
ஞானமலை வளம்
ஞான உலக உருளை

○○○

9

இஸ்லாமியத் தமிழ் அறிஞர்கள்

அப்துல் காதிறு நெய்னா

அப்துல் காதிறு நெய்னா லெப்பை ஆலிம் புலவர் என்பவர் ஒரு இசுலாமியத் தமிழ்ப் புலவர், கவிஞர். இவர் 19 ம் நூற்றாண்டில் தமிழ்நாட்டில் வாழ்ந்தார்.

இயற் பெயர் செய்கு அப்துல் காதிறு நெய்னா லெப்பை ஆலிம் புலவர் ஆகும். இவர்கள் தைக்கா சாஹிப் வலி நாயகம் அவர்களின் சீடர். கவிஞர்களில் இவருக்கு முக்கிய ஸ்தானம் உண்டு

இவரது படைப்புகள்

நாகையந்தாதி

திருமணிமாலை

புதுகுஷ்ஷாம்

காரணபுராணம்

சொர்க்க நீதி

கோத்திர மாலை

அட்டநாக பந்தம்

மக்கா கலம்பகம்

மக்கா கலம்பகம் மக்கா சென்றபோது அங்கு பாடி ஸல்லல்லாஹு அலைஹி வ ஸல்லம் அவர்களின் அன்பைப் பெற்றார்கள்.

அடக்க ஸ்தலம் சென்னை குணங்குடி மஸ்தான் ஸாஹிபு வலி நாயகம் அவர்கள் தர்ஹா ஷரீஃப்

ஆ.கா.அப்துல் ஹமீது பாகவி (1876-1955)

ஓர் இசுலாமிய சமய அறிஞர், மொழிபெயர்ப்பாளர். சேலம் ஆத்தூரில் 26-11-1876ல் பிறந்தார். கிலாபத் இயக்கமும், ஒத்துழையாமை இயக்கமும் தீவிர களப்பணியில் இருந்தபோது திண்டுக்கல் நகர பொதுச்செயலாளராகப் பணிபுரிந்தார். கதர் அணியாத முஸ்லிம்களின் திருமணத்திற்குச் செல்வதில்லை என்ற கொள்கை உடையவர். கிலாபத், ஒத்துழையாமை இயக்கத்தில் பெரும் பங்கேற்றார். 1943 ஆம் ஆண்டு திருக்குரானை தமிழில் முதலில் மொழிபெயர்த்து வெளியிட்டதற்காக இவர் அறியப்படுகிறார். இந்த மொழிபெயர்ப்பு "இனிய தமிழில், எளிய நடையில் வெளிவந்த மொழிபெயர்ப்பு" என்று சிறப்பிக்கப்படுகிறது. 1955ம் ஆண்டு ஜூன் 23ல் காலமானார். இவரது மகன் மறைந்த முஸ்லிம்லீக் தலைவர் ஆ. கா. அ. அப்துல் சமது ஆவார்.

ஆலிப் புலவர் 16 ம் நூற்றாண்டில் திருநெல்வேலி மாவட்டத்தில் (தமிழ்நாடு) வாழ்ந்த ஒரு இசுலாமியத் தமிழ்ப் புலவர். இவர் மிகுராசு மாலை என்ற புகழ்பெற்ற இலக்கியத்தை இயற்றினார். இவர் பற்றிய விரிவான கதைகள் உள்ளன.

உமறுப் புலவர் (1642-1703) முகம்மது நபி அவர்களின் வரலாற்றை அடியொற்றித் தமிழ் இலக்கிய மரபிற்கேற்பச் சீறாப் புராணம் என்ற காப்பியத்தைப் பாடியவர்.

வாழ்க்கைக் குறிப்பு

உமறுப்புலவர் தூத்துக்குடி மாவட்டம், நாகலாபுரத்தைச் சேர்ந்தவர். இவரின் தந்தை சேகு முதலியார் என அழைக்கப்பெற்ற செய்கு முகம்மது அலியார் ஆவார். எட்டயபுர மன்னன் வெங்கடேஸ்வர எட்டப்ப பூபதியின் அவைப் புலவராக விளங்கிய கடிகைமுத்துப் புலவரிடம் உமறு தமிழ் பயின்று புலமை பெற்றார். தம் ஆசானுக்குப் பின் எட்டயபுர மன்னனின் அவைப்புலவராகப் பொறுப்பேற்றார்.

சீறாப்புராணம் இயற்றல்

செய்கு அப்துல் காதிர் மரைக்காயர் என்ற வள்ளல் சீதக்காதியின் வேண்டுகோளின்படியே உமறுப்புலவர் சீறாப்புராணத்தை எழுதத் தொடங்கினார். நூல் முற்றிலும் நிறைவடையும் முன்னரே சீதக்காதி இறந்து விட்டார். பின் அபுல் காசிம் என்ற வள்ளலின் உதவியால் சீறாப்புராணம் *(3 காண்டம் + 92 படலம் + 5027 பாடல்கள்)* நிறைவு பெற்றது. உமறுப்புலவர் அபுல் காசீம் அவர்களை நூலின் பல இடங்களில் நினைவு கூர்ந்து போற்றுகிறார்.

உமறுப்புலவர் முதுமொழிமாலை என்ற எண்பது பாக்களால் ஆகிய நூலையும் படைத்தளித்துள்ளார்.

○○○

10

எச்.முஜீப் ரஹ்மான் (செப்டம்பர் 28, 1971)

இவர் ஒரு தமிழ் எழுத்தாளராவார். இவர் கதை, நாவல், விமர்சனம், ஆய்வு, குறும்படம், சூபித்துவம் போன்ற பல தளங்களில் இயங்கிவருகிறார்.

வாழ்க்கை

தமிழ்நாட்டின் கன்னியாகுமரி மாவட்டத்தின் பத்மனாபபுரத்தில் குடியேறி வாழ்ந்த வித்வான் ஹசன் சாஹிப், கதிஜா பீவி இணையர் இவரது பெற்றோராவர். இவருடன் பிறந்தவர்கள் மூன்று சகோதரர்கள் ஆவர். கோட்டைக்ககம் வடக்குத் தெருவில் வலிய வீட்டில் 25 வயதுவரை வாழ்ந்து பின்னர் தக்கலைக்கு இவரது குடும்பம் குடிபெயர்ந்தது. பள்ளிப்படிப்பை கல்குளத்திலும் பின்னர் தக்கலையிலும் முடித்து பின்னர் நாகர்கோவில் ஸ்காட் கிறிஸ்டியன் காலேஜில் இளநிலை, முதுநிலை பட்டங்களைப் பெற்றார். பின்னர் குஜராத்திலும், பம்பாயிலும் சிலவருடங்கள் பணிபுரிந்து பின்னர் சவூதியிலும், பின்னர் அபுதாபியிலும் பதிநான்கு வருடங்கள் பணிபுரிந்து விட்டு 2008 காலக்கட்டத்தில் நேசனல் பொறியியல் கல்லூரியில் பேராசிரியராகப் பணிபுரிகிறார். இவருக்கு மிசிரியா என்ற மனைவியும் ஆதில், ஆதிரா என்ற குழந்தைகளும் உள்ளனர்.

படைப்புப் பணிகள்

இவர் 1990களில் இருந்து தமிழ்நாடு கலை இலக்கியப் பெருமன்றத்தில் இணைந்து செயல்பட்டுவருகிறார். இவரது

முதல்கதை காலச்சுவடு இதழும் கதா அமைப்பும் இணைந்து நடத்திய போட்டியில் தேர்ந்தெடுக்கப்பட்டது. புதியகாற்று, தாமரை, செம்மலர், உயிர்மை, உயிர் எழுத்து, தீராநதி போன்ற பல இலக்கிய இதழ்களிலும் தொடர்ந்து எழுதி வருகிறார். சுந்தர ராமசாமி, பொன்னீலன், தோப்பில் முகமது மீரான், ஹெச்.ஜி.ரசூல், ஜெயமோகன் போன்ற எழுத்தாளர்களின் ஊக்கத்தின் பேரில் இவர் கதை எழுதத் துவங்கினார்.

இவரது முதல் சிறுகதை தொகுப்பு தேவதைகளின் சொந்தக்குழந்தை புதுப்புனல் பதிப்பகத்தால் வெளியிடப்பட்டது. எம்.ஜி.சுரேஷ் இந்தத் தொகுப்பை பின்நவீனகதைகள் என்றே குறிப்பிட்டார். 2005க்கு பின்னர் 2007இல் இவரது முதல் புதினமான தேவதூதர்களின் கவிதைகள் வெளிவந்தது. தமிழின் முதல் பின்னை நாவல் இது எனக் கருதப்படுகிறது.

அதன் பின்னர் 2014 ல் புதுஎழுத்து பதிப்பகத்தால் மகாகிரந்தம் புதினம் வெளியிடப்பட்டது. அதன் பின்னர் 2015ல் ஒரு சூபியின் சுயசரிதை என்ற சிறுகதைத் தொகுப்பு வெளியானது. 2016ல் நான் ஏன் வஹாபி அல்ல? என்ற ஆய்வு நூல் 800 பக்கங்களில் கீற்று வெளியீட்டகத்தால் வெளிக்கொண்டுவரப்பட்டுள்ளது. பின் நவீனத்துவம், மார்க்சியம், பின்காலனியம், நாட்டாரியல் போன்ற கோட்பாடுகளில் தேர்ச்சியுடைய இவர் பல்வேறு கருத்தரங்குகளில் உரையாற்றியுள்ளார்.

மேலும் விஷயம் என்ற குறும்படத்தை வெளியிட்டுள்ளார். ஏலாதி, கரிசிலாங்கண்ணி உள்ளிட்ட சிற்றிதழ்களின் ஆசிரியராக இருந்துள்ளார். தற்போது திணை என்ற காலாண்டிதழின் ஆசிரியர் குழுவில் பணியாற்றி வருகிறார். கறுத்தவாவு என்ற இலக்கிய கூடுகை நிகழ்வை சில வருடங்கள் நடத்தினார். ஏலாதி இலக்கிய விருது படைப்பிலக்கியத்துக்காக அளிக்கப்பட்டது. அதில் அறக்கட்டளை உறுப்பினராக இருந்து வருகிறார். ஏலாதி சிந்தனை பள்ளியின் ஸ்தாபகராகவும் சூஃபி பள்ளியின் நிர்வாக இயக்குநராகவும் இருக்கிறார்.

சூபியிசம், இஸ்லாமிய ஆய்வுகள்

இலங்கையில் காத்தான்குடியில் விசேட பிரதிநிதியாக சூபிச மாநாட்டுக்கு அழைக்கப்பட்டு கவுரவிக்கப்பட்டார். தக்கலை பீர் முகம்மது அப்பா ஆண்டுவிழா மேடையில் இவர் உரை நிகழ்த்தியுள்ளார். ஞானப்புகழ்ச்சிக்கு உரை எழுதி வருகிறார். இலங்கை, தமிழ்நாட்டு பல்கலைக் கழகங்களில் சூபியிசம் குறித்து இவர் சொற்பொழிவு ஆற்றி வருகிறார். இஸ்லாமிய மாநாடுகளிலும், கருத்தரங்குகளிலும் இவரது பேச்சுகள் முக்கிய இடம் வகிக்கிறது. நூற்றுக்கும் அதிகமான இஸ்லாமிய, சூபியிச கட்டுரைகளை எழுதியுள்ளார். வஹ்தத்துல் உஜூத் என்ற சூபியிச கொள்கையும் கலிமா குறித்தும் அதிகம் பேசுகிறார். இவரது உரைகள் பல யூடூபில் காணக்கிடக்கிறது.

எழுதிய நூல்கள்

- தேவதைகளின் சொந்தக் குழந்தை (சிறுகதைத் தொகுப்பு)
- தேவதூதர்களின் கவிதைகள் (புதினம்)
- மகாகிரந்தம் (புதினம்)
- நான் ஏன் வஹாபி அல்ல? (ஆய்வு நூல்)
- மறுவாசிப்பு, மறுசிந்தனை, மறுவிளக்கம் (கட்டுரை)
- தியரி (ஆய்வு நூல்)
- ஞானப்புகழ்ச்சிக்கு ஒரு நவீன உரை
- மற்றமைகளை பேசுவது (கட்டுரை)
- வெறுமொரு சலனம் (கவிதை)
- பின் நவீன கவிதைகள்
- ஜலாலுதீன் ரூமி கவிதைகள்
- ஒரு சூபியின் சுய சரிதை (சிறுகதை)
- நவீன தமிழ் அகராதி
- ஆளுமை ஒரு சொல்லாடல் (சுயமுன்னேற்றம்)
- பின்னை தலித்தியம் (ஆய்வு)
- பின் நவீன இஸ்லாம் (கட்டுரை)

- எதிர் வஹாபியம் (ஆய்வு)
- பிரதியின் உள்ளர்த்தமும் வெளியர்த்தமும் (விமர்சனம்)
- பின் நவீனத்துக்குப் பிந்தைய கோட்பாடுகள் (கட்டுரை)
- சூபி நூற்களில் சூபித்துவம் (மதிப்புரை)
- சூபி பேரகராதி
- ஹமவோஸ்த் (ஆன்மீகம்)
- தீர்க்கதரிசி (புதினம்) 2017
- நாட்டார் இசுலாம் (ஆய்வு)
- உன்ன சொன்னா கோபம் வருதுல்ல (கட்டுரை)

அங்கீகாரங்கள்

- தேவதைகளின் சொந்தக்குழந்தை சிறுகதைத் தொகுதியானது தமிழ்நாடு கலை இலக்கிய பெருமன்றத்தால் சிறந்த சிறுகதையாகத் தேர்வு செய்யப்பட்டது.
- மதுரை புதியகாற்று இவரது சிறுகதைக்கு விருது வழங்கியது.
- மகாகிரந்தம் ஜெயந்தன் படைப்பிலக்கிய விருதை பெற்றுள்ளார்.
- இவரது படைப்பு திருவனந்தபுரம் பல்கலைக் கழகத்தில் முனைவர் பட்ட ஆய்வேட்டிற்காகத் தேர்ந்தெடுக்கப்பட்டுள்ளது.
- இலங்கையில் இவரது படைப்புகளுக்காக கவுரவ விழா எடுக்கப்பட்டது.

○○○

12

குணங்குடி மஸ்தான் சாகிபு (1792 - 1838: சென்னை)

இவர் ஒரு இசுலாமிய தமிழ் அறிஞர். இவர் பல இசை உணர்வு மிக்க பாடல்களை எழுதியுள்ளார். இவர் தமிழ் சித்த மரபினரில் ஒருவராகவும் கருதப்படுகிறார்.

குணங்குடி மஸ்தான் சாகிபு இராமநாதபுரம் தொண்டிக்கு வடமேற்கில் பத்து மைல் தொலைவிலுள்ள குணங்குடி என்னும் சிற்றூரில் 1792 ஆம் ஆண்டு பிறந்தார். இவருக்குப் பெற்றோர் இட்ட பெயர் 'சுல்தான் அப்துல் காதிர்' என்பதாகும். இளமையிலேயே குர்ஆன் மற்றும் இசுலாமிய சமய சாத்திரங்களைக் கற்றுணர்ந்து 'ஆலிம்' (சமயக் கல்வி அறிஞர்) என்னும் பட்டம் பெற்றார்.

பற்றறுத்த உள்ளத்துடனும், தந்தையின் ஆசியுடனும் தம்முடைய பதினேழாவது வயதில் ஞானபூமியாகத் திகழ்ந்த கீழக்கரை சென்று அங்கு 'தைக்காசாஹிபு' என்று அழைக்கப்பட்ட ஷைகு அப்துல் காதிரிலெப்பை ஆலிம் ஞானியிடம் மாணாக்கராக இருந்து சமய ஞானத்தையும், தவ வழிமுறைகளையும் கற்றுத் தெளிந்தார். 1813 ஆம் ஆண்டில் அவர் திரிசிரபுரம் சென்று அங்கே மௌலவி ஷாம் சாஹிப் என்பவரிடம் தீட்சை பெற்று ஞானயோக நெறியில் ஆழ்ந்தார். பின்னர் சிக்கந்தர் மலையென அழைக்கப்படும் திருப்பரங்குன்றம் சென்று அங்கே நாற்பது நாட்கள் 'கல்வத்' எனப்படும் யோக நிட்டையில் ஆழ்ந்தார். பின்னர் அறந்தாங்கிக்கு அருகிலுள்ள கலகம் என்ற ஊரில் ஆறு மாதங்களும், தொண்டியில் அவருடைய தாய்மாமனாரின் ஊரான வாழைத்தோப்பில் நான்கு

மாதங்களும் தங்கி நிட்டை புரிந்தார். இவ்வாறே சதுரகிரி, புறாமலை, நாகமலை, ஆனைமலை போன்ற மலைகளிலும், காடுகளிலும், நதிக்கரைகளிலும் தங்கித் தவம் புரிந்தார்.

இறைகாதலால் முற்றும் கவரப்பட்டவராகவும், தெய்வீகக் காதல் போதையில் வெறியேறியவராகவும் அவர் இருந்ததால் உலகநடை நீங்கி பித்தநடை கொண்டார். குப்பைமேடுகள் கூட அவர் குடியிருக்கும் இடங்களாகின. அவருடைய பித்தநடையையும் அற்புத சித்துகளையும் கண்ட மக்கள் அவரை 'மஸ்தான்' என அழைக்கலாயினர். அப்பெயரே அவருக்கு நிலைத்துவிட்டது. (மஸ்த் என்ற பாரசீகச் சொல்லுக்கு போதை வெறி என்று பொருள். இறைகாதல் போதையில் வெறி பிடித்த ஞானியரை 'மஸ்தான்' என அழைப்பது மரபு)

ஏழு ஆண்டுகள் இவ்வாறிருந்து, பின்னர் வடநாடு சென்று பலருக்கு ஞானோபதேசம் செய்தார். இறுதியில் சென்னையை அடைந்து இராயபுரத்தில் பாவா லெப்பை என்பவருக்கு உரிமையான, முட்புதர்களும் மூங்கிற் காடும் சப்பாத்திக்கள்ளியும் மண்டிக் கிடந்த இடத்தில் தங்கலாயினார். பாவா லெப்பை குணங்குடியாரின் மகிமை உணர்ந்து அவ்விடத்திலேயே அவருக்கு ஆச்சிரமம் அமைத்துக் கொடுத்தார். இங்கே வாழ்ந்தபோது யார் கண்ணிலும் படாமல் மறைந்திருந்து யோகநிட்டையில் ஆழ்ந்திருந்தார். சில வேளைகளில் தாம் இயற்றிய கீர்த்தனங்களைப் பாடிக்கொண்டு ஊர்வலமாகச் செல்வதுமுண்டாம். அப்படிச் செல்லும்போது ஒருமுறை அங்கப்பநாயக்கன் தெருவிலுள்ள 'மஸ்ஜிதே மஃமூர்' என்ற பள்ளிவாசலுக்கும் வந்து சென்றதாகக் கூறுவர்.

குணங்குடியாரின் துறவு நிலையில் ஐயுற்ற சிலர் அவரது அரிய சித்துக்களைக் கண்ட பின்னர் அவரை மதித்துப் போற்றினர். அவரிடம் தீட்சை பெற்று பக்குவமடைந்தனர். அவ்வாறு தீட்சை பெற்றவர்களுள் அக்காலத்தில் சென்னையிலிருந்த ஆற்காடு நவாபும் ஒருவர். அவருடைய சீடர்களாக இசுலாமியர் மட்டுமன்றி

இந்துக்களும் இருந்தனர். அவர்களில் மகாவித்துவான் சரவணப்பெருமாள் ஐயர், கோவளம் சபாபதி முதலியார் ஆகியோர் மிகப் பிரதானமானவர்களாக இருந்தனர்.

மஸ்தான் சாகிபு *1838* ஆம் ஆண்டு (ஹிஜ்ரி *1254*, ஜமாதுல் அவ்வல் *14*ம் நாள் திங்கட்கிழமை வைகறை நேரம்) இவ்வுலக வாழ்வைத் துறந்தபோது அவருக்கு வயது நாற்பத்து ஏழு. அவர் தங்கியிருந்த இடத்திலேயே நல்லடக்கம் செய்யப்பட்டார். அவரை மக்கள் தொண்டியார் என்று அழைத்து வந்ததால் அவரிருந்த இடம் தொண்டியார்பேட்டை ஆயிற்று.

படைப்புகள்

நிராமயக்கண்ணி (100 பாடல்கள்)

ஆதி முதலே யகண்டபரி பூரணமென்று
ஓதுங் குணங்குடி கொண்டோனே நிராமயமே!
தேசிகனா னென்றே திருநடன மாடுகின்ற
வாசாம கோசரமே வாழி நிராமயமே!

மனோன்மணிக்கண்ணி (100 பாடல்கள்)

மெய்தொழவு மேலும் மேலும்நந்தி கேஸ்வரனைக்
கைதொழு வுங்கனவு கண்டேன் மனோன்மணியே!
கோப்பாக கவும்உனையான் கொண்டாடிப் பாடவும்நீ
காப்பாக வுங்கனவு கண்டேன் மனோன்மணியே!

அகத்தீசர் சதகம் (100 பாடல்கள்)

தாயனைய இன்பந் தனைத்தந்து தந்துகை
தழுவிநின் றருள் புரியவுந்
தந்தைதா யுந்தானே யாகவு மிருந்தெனைத்
தற்காத்து னருள்பு ரியவுஞ்
சேயென் றிரங்கியணை காலியின் கன்றெனச்
சீராட அருள்பு ரியவுஞ்
செங்கீரை யாடுசிறு மதலைபோற் கொஞ்சிநான்
செல்வமிட அருள்பு ரியவும்
பாயுமடை கால்கண்டு கரைபுரள வருமதிப்

பால்கொடுத் தருள்பு ரியவும்
பக்குவத் தோடுமவு னத்தொட்டி லுக்குட்
படுக்கவைத் தருள்பு ரியவும்
வாயுவைக் கட்டவுந் தவராஜ சிங்கமே
வரவேண்டும் மென்ற னருகே
மாகுணங் குடிவாழு மென்னகத்தீசனே
மவுனதே சிகநா தனே.

நந்தீசர் சதகம் (51 பாடல்கள்)

ஆதியந்தங் கடந்தவுமை யாளருள் நாதாந்தச்
சோதியந்தங் கடந்தசெழுஞ் சுடரேநந் தீஸ்வரனே
முடியடியாய் நின்றநடு மூல மணிவிளக்கே
அடிமுடியாய் நின்றநடு அணையேநந் தீஸ்வரனே

ஆனந்தக் களிப்பு (38 பாடல்கள்)

கொடிகட்டிக் கொண்டெழு கோடிதனங்
குவித்தந்த மகிழ்ச்சியாற் கூத்துக ளாடி
கெடுபுத்தி யுடையோரைக் கூடியானுங்
கெட்டலையாமலே கெதிபெற நாடி
இரக்கத் துணிந்துகொண் டேனே எனக்
கிருக்குங் குறைமுழுதும் நிகழ்த்திக்கொண் டேனே.

இவரைப் பாராட்டி எழுதப்பட்டவை

குணங்குடி நாதர் பதிற்றுப் பத்தந்தாதி – ஐயாசாமி

நான்மணி மாலை – சரவணப் பெருமாளையர்

○○○

13

குலாம் காதிறு நாவலர் (நாகூரில் 19ஆம் நூற்றாண்டு, 1833 - 1908)

இவர் ஒரு தமிழ் புலவர் ஆவார். இவர் தமிழ், அரபு, ஆங்கிலம் ஆகிய மும்மொழிகளிலும் புலமை பெற்றிருந்தார். இவர் எழுதிக்குவித்த இலக்கியங்கள் அனேகம். கவிதை இலக்கியங்கள் பத்தொன்பது. உரைநடை இலக்கியங்கள் ஏழு. மொழிபெயர்ப்பு நூல்கள் மூன்று. இலக்கண நூல்கள் இரண்டு. இதர நூல்கள் இரண்டு.

காப்பியங்கள், கலம்பகங்கள், கோவைகள், அந்தாதிகள், மாலைகள், உரை நூல்கள் என இவர் 24 நூல்களை எழுதியுள்ளார் அதனை தமிழக அரசு 2007 ஆம் ஆண்டு நாட்டுடைமையாக்கியது.

காப்பியங்கள், கலம்பகம், கோவைகள், அந்தாதிகள், மாலைகள், உரைநூல்கள் என அவர் இயற்றிய இலக்கிய வகைகள் அனேகம். நாகூர் நாயகத்தின் வரலாற்றை முதல் முதலில் நூலாகக் (கன்ஜுல் கறாமாத்து) கொண்டு வந்தவர் குலாம் காதிறு நாவலர் தான்.

இவர் நான்காவது நக்கீரர் என்று இன்றும் அழைக்கப்படுகிறார். இவரின் தலைசிறந்த மாணவர்களில் ஒருவர் தான் மறைமலை அடிகளார்.

படைப்புகள்

- கன்சூல் கறாமத்து
- நாகூர்ப் புராணம்
- ஆரிபு நாயகம்

- புலவராற்றுப்படை
- அரபுத் தமிழ் அகராதி
- முகாஷஃபா மாலை
- உமறு பாஷா யுத்த சரித்திரம், ரைனால்ட்ஸ். தமிழாக்கம்.
- பொருந்தா இலக்கணம்

ooo

14

சவ்வாதுப் புலவர்

18ஆம் நூற்றாண்டைச் சார்ந்த ஓர் இசுலாமியத் தமிழ்ப் புலவர் ஆவார்.

சேதுபதி ரகுநாயகன்
விசயானந்த ரங்கன்
பிரம்பூர் ஆனந்த ரங்கதுரை
முத்து கிருஷ்ணன்
கச்சி செல்லப்பன்

ஆகிய வள்ளல்களை இவர் பாடியுள்ளார்

எமனீச்சரம் எனும் ஊரினர். தமிழ்ப் புலவர் ஒருவரால் 'வண்டமிழின் எண்ணோ, எழுத்தோ, இசையோ, இயல்புலவர் கண்ணோ, சவ்வாதுக் கவி' எனப் பாராட்டப்பட்டவர். வசைபாடுவதில் காளமேகப் புலவரை ஒத்து விளங்கினார். 'வண்டமிழ் சவ்வாது வாயெல்லாம் நஞ்சே' என்று கூறக்கூடிய அளவிற்கு நச்சுப்பல் உடையவர். ஒருமுறை இவருக்குப் பண உதவி செய்ய மறுத்த சேஷையங்கார் என்பவரைச் சினத்துடன்,

வீசம் பணம் கொடுக்காத சேசா
வீரியம் பாம்பு கடித்துச் சாசா

என்று சபிக்க அன்றே அவர் பாம்பு கடித்து இறந்ததாகக் கூறப்படுகிறது. இவர் சர்க்கரைப் புலவரின் மைத்துனர் ஆவார்.

படைப்புகள்

நாகைக் கலம்பகம்

மதீனத்தந்தாதி

முகைதீன் ஆண்டவர் பிள்ளைத்தமிழ்

○○○

15

அமுதகவி உமறுப்புலவர்

அமுதகவி உமறுப்புலவர் இஸ்லாமிய சமுதாயத்தில் 16ம் நூற்றாண்டில் பிறந்து, தமிழுக்குத் தொண்டாற்றி சீறாப்புராணம் இயற்றியவர். மொழியை வளர்ப்பதில் சாதி மதம் தேவையில்லை என உலகிற்கு உணர்த்தியவர் அமுதகவி உமறுப்புலவர் ஆவார்.

'சேகு முதலியார்' என்ற செய்கு முஹம்மது அலியார் அன்னார் மலையாள நாட்டிலிருந்து தமிழ்நாட்டிற்கு வந்து, தற்போதைய தூத்துக்குடி மாவட்டத்தில் உள்ள நாகலாபுரத்தில் வாழ்ந்தார். அரபு தேசத்தின் வாசனைத் திரவிய வியாபாரியான இவர், அருகே இருந்த எட்டையபுரத்து மகாராஜாவிடம் வாசனைத் திரவியங்களை விற்று வந்தார்.

உயர்ந்த மணப்பொருட்களை வழங்கித் தம் உள்ளத்தைக் கொள்ளை கொண்ட சேகு முதலியார் தம் அருகிலேயே வாழ்ந்து வரவேண்டுமென்று மன்னர் விரும்பினார். எனவே, சேகு முதலியாரும் மன்னரின் விருப்பத்திற்குக் கட்டுப்பட்டு, நாகலாபுரத்திலும் எட்டையபுரத்திலுமாக வாழ்ந்து வந்தார்.

1642 ஆம் ஆண்டு செய்கு முஹம்மது அலியாருடைய ஒப்பற்ற அருந்தவக் கொழுந்தாக 'உமறு' என்ற அழகிய குழந்தை பிறந்தது.

இளமையிலே எழிலும் கல்வியார்வமும் வாய்க்கப் பெற்ற சிறுவன் உமறு, எட்டையபுரத்து அரண்மனைத் தமிழ்ப்புலவராயிருந்த 'கடிகை முத்து புலவர்' என்பவரிடம் தமிழ்க் கல்வி பயிலத் தொடங்கினார். பல்வகைக் கல்விகேள்விகளில் தேர்ந்த உமறு, தம் ஆசானின் பெருமதிப்பிற்குரிய மாணவரானார். இவ்வாறிருக்கையில், ஒருநாள் வடநாட்டிலிருந்து புலமை பெற்ற 'வாலை வாருதி' என்ற புலவர் எட்டையபுர அரசவைக்கு வந்து சேர்ந்தார். தம்மை வாதில் வெல்லத் தகுதியுள்ளவர் யாருமில்லை என்று அவர் மார்தட்டிப் பேசி மற்ற புலவர்களை வாதுக்கழைத்தார்.

எட்டையபுரத்து அரசவைப் புலவர்களுக்கும் சவால் விடுத்து அறிவித்தார். மன்னரும் அவருடைய வாதினை ஏற்று வெல்ல வேண்டும் என அரசவைப் புலவர்களிடம் விருப்பம் தெரிவித்தார்.

புலமைத் திறத்தாலன்றி, மாய மந்திரங்களாலேயே பல அரசவைப் புலவர்களை வெற்றிகொண்ட வாலைவாருதியைப் பற்றி அரசவை கடிகைமுத்துப் புலவர் கேள்வியுற்றிருந்தார். அதனால், வித்தைகள் புரியும் வித்துவானைத் தம்மால் எவ்வாறு வெற்றிகொள்ள முடியுமென்ற நீங்காக் கவலையில் ஆழ்ந்திருந்தார்.

ஆசானின் கவலையை அறிந்த மாணவர் உமறு, அவரிடம் கவலைக்கான காரணத்தைக் கேட்டார்.

தம் ஆசிரியரிடம் வாலைவாருதியைப் எதிர்த்து வாது செய்ய அரசவை செல்லுவதற்கான அனுமதியை வேண்டிப் பெற்றார்.

எட்டையபுரத்து அரசவைக்கு வந்து சேர்ந்தார். உடல் நலக் குறைவால் கடிகைமுத்துப் புலவர் வரவில்லையென்றும், அவருக்குப் பதிலாக அவருடைய மாணவர் நான் வந்திருக்கிறேன் என்று அறிவித்தார்.

வாலை வாருதி தம் சொற்பொழிவைத் தொடங்கலாம் என்றும் மன்னர் உத்தரவிட்டார். அதைக் கேட்ட வாலைவாருதி, தம் வலக்கையில் அணிந்திருந்த தங்கக் கடகத்தை அசைத்து மேலேற்றினார். வழக்கமாக அக்கடகத்திலிருந்து ஒலிக்கும் 'வாலைவாருதி என்றறியீரோ' என்ற சொற்கள், அன்றைக்கு மட்டும், 'வாலைவாருதி என்றறியாயோ பிள்ளாய்!' என்று பணிவாக உரைத்தது.

அப்போது உமறுப் புலவர், தம் இடுப்பில் செருகியிருந்த யாழ்ப்பாணத்து எழுத்தாணியை எடுத்து நிலத்தில் ஊன்றி, "என் எழுத்தாணியே! இவருக்கெதிர் பேசு!" என்று கட்டளையிட்டார். ஒன்றும் நிகழவில்லை! பின்னும் உத்தரவிட்டார். அப்போதும் ஏதும் நிகழவில்லை! மூன்றாவது முறையிலும் முயன்று தோல்வி கண்ட உமறு, கண்கள் சிவக்க, முகத்தில் தீக்கனல் பறக்கக் கடுஞ்சினம் கொண்டு, எழுத்தாணியைப் பார்த்து, 'பேசு!' என்று உரக்கக் கூறி உத்தரவிட்டார். அவையோர் கிடு கிடுக்க அதிலிருந்து ஓசை ஒலித்தது.. அவ்வெழுத்தாணியிலிருந்து கீழ்க்காணும் பாடல் ஒலித்தது.

"சமரதுர கததுங்க மனருஞ்ச பாசென்று
சரிசமா சனமீதிலே
அமரவொரு நரகொம்பு தினமுஞ்சு மாசெல்லு
மமுதகவி ராஜனானே
திமிரபகை வரைவென்ற பருதியெனு மெமதெட்டத்
தீரனணி வாயில்வித்வான்
உமறுகுமு றிடிலண்ட முகடும்ப டீரென்னு
முள்ளச்சம் வையும்பிள்ளாய்!"

கேட்டவர் உள்ளங்களை அதிர வைத்தது.

இதனைக் கேட்ட புலவர் வாலைவாருதி உள்ளம் பதைத்தது, உடல் நடுங்கியது, தனது மாய வித்தையெல்லாம் இந்த அற்புதத்தின் முன் அற்பம் என்றுணர்ந்தார், எழுந்து சென்று உமறு புலவரிடம் மண்டியிட்டு மன்னிப்புக் கோரி, அரசவையை விட்டு வெளியேறினார்.

இந்நிகழ்ச்சி, மன்னருக்கு உமறுப் புலவர் மீது ஒப்பற்ற மதிப்பை ஏற்படுத்திற்று. மகிழ்ச்சிப் பெருக்கால் மன்னர் பாராட்டுகளையும், வெகுமதிகளையும் உமறுப் புலவருக்கு வழங்கி அனுப்பிவைத்தார். வெற்றி பெற்று வீடு திரும்பிய தம் மாணாக்கரை இறுகத் தழுவிக்கொண்ட கடிகைமுத்துப் புலவர், தாம் அப்போது முதுமை எய்திவிட்டதால், அன்றுமுதல் உமறே எட்டையபுரத்து அரண்மனை அவைப் புலவராக இருக்கவேண்டுமென்று ஆசி கூறி அனுப்பி வைத்தார். அன்று முதல் உமறுப் புலவர் எட்டையபுரத்து அரண்மனையை அலங்கரித்து வந்தார்.

சீறாப்புராணம் இயற்றப் பெற்ற வரலாறு

தமிழகத்தில் ஆங்காங்கிருந்த முஸ்லிம் மக்கள் இலக்கிய ஆர்வத்துடன் கம்பராமாயணம், மகாபாரதம் போன்ற இலக்கியங்களின் உபந்நியாசங்களைக் கேட்டு வருவது அன்றைய வழக்கமாக இருந்தது. அக்காலத்தில், செய்கப்துல்காதிர் என்ற 'சீதக்காதி மரைக்காயர்' எனும் வள்ளல் இதனை உணர்ந்து, முஸ்லிம்கள் அவர்களின் மார்க்க அடிப்படையில் அமைந்த பேரிலக்கியங்களின் உபந்நியாசங்களைக் கேட்க வேண்டும் என்று ஆர்வம் கொண்டிருந்தார்.

ஒருமுறை கீழக்கரை கொடை வள்ளல் சீதக்காதி மரைக்காயர் வணிக நிமித்தமாக எட்டயபுரம் மன்னரைக் காண அரசவைக்கு வந்தார், அப்போது அமுத கவியரசு உமறுப் புலவரின் திறன் கண்டு, முகமது நபி வாழ்க்கையை சீறாப்புராணமாக எழுத உமறுப் புலவரைத் தன்னுடன் கீழக்கரைக்கு அழைத்துச் சென்றார்.

வள்ளல் பெருமானாரின் வரலாற்றுச் செய்திகளை உரையாக்க வேண்டும். அதற்கான வழிகாட்டுதலை யார் செய்வார் என நினைத்த போது,

சீதக்காதி வள்ளல் தம் ஆன்மீக வழிகாட்டியான 'இறைநேசர் ஷெய்கு சதக்கத்துல்லாஹ் அப்பா' அவர்களை அணுகி, பெருமானாரின் வாழ்க்கைச் சரிதையினைக் காவியமாகப் பாட உமறுப் புலவருக்கு உரை வழங்குமாறு வேண்டினார்.

உமறுப் புலவரின் அலங்கோலத் தோற்றத்தைக் கண்டு, உரை கொடுக்க அப்பா அவர்கள் இசையவில்லை. உளம் வாடிய உமறுப் புலவர், பெருமானாரின் வாழ்வைக் காவியமாக்கி, அதன் நிமித்தமாக அன்னாரைத் தாம் காணும் நாள் எந்நாளோ என்று ஏங்கி, பள்ளிவாயிலுக்குள் சென்றமர்ந்து தம் உள்ளத்து உணர்ச்சிகளைப் பாக்களாகப் பாடிக்கொண்டிருந்தார். இவ்வாறு எண்பத்தெட்டு பாடல்கள் பாடி முடித்தபோது புலவரைத் துயில் ஆட்கொண்டது. பெருமானார் (ஸல்) அவர்கள், புலவரின் கனவில் தோன்றி, மறுபடியும் அப்பா அவர்களிடம் சென்று உரை கேட்குமாறு கூறினார்.

கண் விழித்த உமறுப் புலவர் கருணைகாட்டிய நபியவர்களின் கட்டளையைச் சிரமேற்கொண்டு, அப்பா அவர்களிடம் சென்றார். சரிதம் உரை வேண்டி நின்றார்.

முன்பு நிராகரித்த ஷெய்கு சதக்கத்துல்லா அப்பா உமறு புலவரை வரவேற்று உபசரித்தார். சீறா உரை கொடுக்கச் சம்மதித்தனர். அப்பா அவர்கள் தாங்களாகவும், தம் மாணாக்கராகிய மஹ்மூது பந்தர் என்று வழங்க பெற்ற 'பறங்கிப் பேட்டையைச் சார்ந்த 'மாமூ நைனார் லெப்பை' என்பார் மூலமும் உமறு புலவருக்கு உரை வழங்கினர்.

கல்விக்கடல் மகான் சதக்கத்துல்லா அப்பா இடம் உரைபெற்று, இறையருளாளர், முகமமது நபி நல்லாசியுடன் சீறாப்புராணம் எழுத ஆரம்பித்தார்

இதற்கிடையில், சீறாவைப் பாடப் பேருதவியாக இருந்த சீதக்காதி மரைக்காயர் அவர்கள் இறையடி சேர்ந்தனர். காப்பியம் படைத்து வந்த உமறுப் புலவரின் உள்ளத்தில் பேரிடி விழுந்தது.

சீதக்காதி மரைக்காயர் அவர்களின் மைத்துனர் அபுல் காசிம் மரைக்காயர் புலவரை அன்புடன் ஆதரித்தார். சீறாவை இயற்றத் தாம் உறுதுணையாயிருப்பதாக வாக்களித்து உமறுப்புலவரை பரங்கிப்பேட்டை அழைத்துச்சென்று, பல உதவிகளும் செய்து ஊக்கம் அளித்தார்..

''சீறாப்புராணம்'' என்ற ஒரு பெருங்காவியம் உருவெடுத்தது. ஈடிணையில்லா இப்பேருதவிகளுக்கு நன்றி சொல்லும் விதமாக உமறுப் புலவர், அபுல் காசிம் மரைக்காயரைத் தம் சீறாப்புராணத்தில் பல இடங்களில் மறவாமல் நினைவு கூர்ந்து போற்றிப் புகழ்ந்துள்ளார்.

செயற்கரிய சீறாப்புராணம் காவியத்தை 3 காண்டங்களாகவும், 92 படலங்களாகவும் 5027 விருத்தங்களாகவும் சிறப்புடன் எழுதி முடித்தார். பறங்கிப்பேட்டையிலேயே நூல் அரங்கேற்றம் நடந்தது. இந்நூல் தமிழ் காப்பிய மரபுப்படி நாட்டுப்படலம், நகரப்படலம் என்ற முறையில் அரபு நாட்டு இயற்கை வளத்தை வர்ணித்துள்ளது.

அரங்கேற்றமும் முடித்தபின் எட்டயபுரம் திரும்பிய உமறுப்புலவர் சிறிது காலத்திற்குப் பின் கி.பி.1703ல் எட்டயபுரத்தில் இயற்கை எய்தி நல்லடக்கமானார்.

எட்டயபுரத்தில் உமறுப் புலவர் சமாதி, முதலில் பிச்சை என்பவரால் 1912ம் ஆண்டு நினைவுச் சின்னமாக உருவாக்கப்பட்டுள்ளது. பின்னர் 2007ம் ஆண்டு இப்போதிருக்கும் இந்தப் புதிய மணி மண்டபம் கட்டப்பட்டு சிறப்பாகப் பாதுகாக்கப்பட்டு வருகின்றது.

மண்டபத்திற்குள்ளே பச்சை நிறத்திலான துணியைக் கொண்டு சமாதியை அலங்கரித்திருக்கின்றனர். தினம் அங்கு மக்கள் வந்து வழிபாடு செய்து செல்கின்றனர்.

சீறாப்புராணம் நபிகள் நாயகத்தின் வாழ்க்கையை மையமாகக் கொண்டது, சீறத் அல்லது சீறா என்பதற்கு வாழ்க்கை என்பது பொருள். எனவே சீறாப்புராணம் என்பதற்கு நபிகள் பெருமானின் புனிதமான வாழ்க்கை வரலாறு என்று பொருள் கொள்ளலாம்.

இந்த நூலை *1842*ல் அப்துல் காதிர் நெய்னா லெப்பை ஆலிம் முதலில் பதிப்பித்து வெளியிட்டார். இந்நூலுக்கு செய்குத் தம்பிப் பாவலர் விரிவான உரை எழுதினார்.

இஸ்லாமியத் தமிழிலக்கியங்களில் சீறாப் புராணத்திற்குத் தனியோர் இடமுண்டு.

OOO

16

சதாவதானி செய்குதம்பிப் பாவலர்

சதாவதானி செய்குதம்பிப் பாவலர் (ஜூலை 31, 1874 – பெப்ரவரி 13, 1950) தமிழ்ப் பெரும் புலவர். சீறாப்புராணத்திற்குச் சிறந்ததோர் உரையெழுதியவர். கோட்டாற்றுப் பிள்ளைத்தமிழ், அழகப்பாக் கோவை முதலிய சிற்றிலக்கிய நூல்களையும், சில நாடக நூல்களையும் எழுதியவர். கூர்த்தமதி படைத்தவராக விளங்கியதால் ஒரே சமயத்தில் நூறு வகையான செயல்கள் செய்யும் சதாவதானம் என்னும் கலையில் சிறந்து விளங்கியவர்.

இளமைப் பருவம்

நாஞ்சில் நாட்டு கோட்டாறு பகுதியில் இடலாக்குடியில் அமீனா அம்மையாருக்கும் பக்கீர் மீரான் சாகிபுக்கும் மூன்றாவது மகனாக 1874 ஜூலை 31இல் பிறந்தார்.

அக்காலத்தில் திருவிதாங்கூர் மன்னர் ஆட்சிக்கு உட்பட்டிருந்த நாஞ்சில் நாட்டில் மலையாளப் பள்ளிகளே நடந்து வந்தன. பிற்காலத்தில் மிகச் சிறந்த தமிழ்ப் புலவராக

விளங்கிய செய்குதம்பி இம்மலையாள மொழிப் பள்ளியில் படித்துத் தேர்ந்தது வியப்புக்குரியது.

தமிழ் ஆர்வம்

இவர் சிந்தனை தமிழ் மேலேயே இருந்தது. இடலாக்குடியை அடுத்த பட்டாரியார் வீதியில் சங்கரநாராயண அண்ணாவி என்பவரிடம் முறையாகத் தமிழ் கற்றார். இலக்கண இலக்கியங்களில் தேர்ச்சியுற்றார். காளமேகப் புலவர், மாம்பழக் கவிச்சிங்க நாவலர் போல அந்தாதியாகவும் சிலேடையாகவும், யமகம், திரிபுகளாகவும் கவிபுனையும் கலை கைவரப் பெற்றார்.

இலக்கியப் பணி

ஞானியார் அப்பாவின் 'மெய்ஞ்ஞானத் திருப்பாடல் திரட்டு' என்னும் நூலை அச்சிட சென்னை 'இட்டா பார்த்தசாரதி நாயுடு'வுக்குத் தமிழறிந்த இஸ்லாமியர் தேவைப்பட்டார். சென்னைச் சென்று அந்நூலைச் சிறப்புடன் பதிப்பித்த செய்குதம்பிக்கு அப்போது வயது 21, அவரது அறிவாற்றலைக் கண்டு ஸ்ரீபத்மவிலாசப் பதிப்பகத்திலேயே பிழை திருத்தும் புலவராக அவரை அமர்த்திக் கொண்டனர். மாதம் ரூ 60/– ஊதியமும் பிற வசதிகளும் செய்து கொடுத்தனர். அவர் வறுமையை மறந்து வாழத் தொடங்கிய காலம் இதுவே. இக் காலத்தில்தான் சிந்தையள்ளும் சிறந்த காப்பியமாகிய சீறாப்புராணத்துக்குச் சீரிய உரையெழுதிப் பதிப்பித்தார். வேதாந்த விவகாரக் கிரிமினல் கேசு, தேவலோகத்துக் கிரிமினல் கேசு என்னும் நூல்களும் எழுதிப் பதிப்பித்தார். இதனால் இவர் புகழ் நாடெங்கும் பரவியது. உரை எழுதுதல், பாட்டெழுதுதல், பதிப்பித்தல் மட்டுமின்றித் திருக்குறள், கம்பராமாயணம், சீறாப்புராணம் பற்றிய இலக்கியச் சொற்பொழிவுகளும் நிகழ்த்தினார்.

தமிழ் இலக்கண இலக்கியங்களில் சிறந்த ஞானம் பெற்ற செய்குத்தம்பி பாவலர் அவர்கள் 1907ஆம் ஆண்டு மார்ச் 10 ஆம் தேதி சென்னையில் தமிழ் அறிஞர்கள் முன்னிலையில் சதாவதான நிகழ்ச்சிகள் செய்து பாராட்டுப் பெற்றுச் சதாவதானி செய்குத்தம்பிப் பாவலர் எனப் போற்றப்

பெற்றவர். சிறந்த தமிழறிஞராகிய பாவலர் அவர்கள் நபிகள் நாயக மான்மிய மஞ்சரி, திருக்கோப்பற்றுப் பதிஞ்சம், பத்தந்தாதி, திருமதினந்தந்தாதி, கோப்பந்துக் கலம்பகம், கோப்பந்துப் பிள்ளைத் தமிழ், கவ்வத்து நாயகம் இன்னிசைப் பாமாலை, நீதி வெண்பா, ஷம்சுத்தாசின் சேவை போன்ற கவிதை நூல்களையும், தேவலோக பழிக்குள்ள வழக்கு, வேதாந்த விபச்சார பழிக்குள்ள வழக்கு போன்ற வசன நடை காவியங்களையும் எழுதியவர்.

விடுதலைப் போராட்டத்தில்

ஆங்கிலேயர் ஆட்சியினை எதிர்த்துச் சுதந்திரப் போராட்டத்திலும் கலந்துகொண்டார். 1920இல் நாஞ்சில் நாட்டில் காங்கிரஸ் இயக்கம் தொடங்கியபோது இவர் கதருடைக்கு மாறினார். அந்நாளில் நடந்த பெரும்பாலான கூட்டங்கள் பாவலர் தலைமையில் நடந்தன.

"1937ஆம் ஆண்டில் பாவலர் நாகர்கோவில் நகராண்மைக் கழகத் திடலில், காங்கிரஸ் பிரச்சாரம் செய்தார். நல்ல தமிழில் விடுதலையின் மேன்மையைக் குறிப்பிட்டுக் காந்தியடிகளின் பெருமையை விளக்கினார். அவர் அன்று செய்த வீர முழக்கத்தால் எழுச்சியுற்ற சிறுவர்களில் நானும் ஒருவன்" என்று தஞ்சைத் தமிழ்ப் பல்கலைக்கழகத் துணைவேந்தராக இருந்த டாக்டர். வி.ஐ.சுப்பிரமணியம் பாவலர் மலரில் எழுதியுள்ளார்.

பாவலர் தேசிய விடுதலைப் போராட்டத்தில் கலந்துகொண்டதால் சிலர் வெறுப்பும் கொண்டனர். நாகர்கோயில் பகுதியில் பேருந்து அதிபராக இருந்த ஒருவரின் பேருந்துகளில் பாவலர் எங்கும் எப்பொழுதும் இலவசமாக ஏறிச் செல்லும் உரிமைதந்து சிறப்பிக்கப்பட்டிருந்தார். அவரது விடுதலைப் போராட்டத்தின் காரணமாகத் தமது வண்டியில் போவதற்குத் தடை விதித்தார் அவர்.

இறப்பும் இரங்கலும்

1950 பிப்ரவரி 13இல் பாவலர் காலமானார். அறிஞர் பலரும் கலந்து கொண்ட அந்த இரங்கற் கூட்டத்துக்குக் கவிமணி தேசிக விநாயகம் பிள்ளை தலைமை தாங்கினார். அவரது இரங்கல் பாட்டு:

"ஓருமவ தானம் ஒரு நூறும் செய்திந்தப் பாரில் புகழ்படைத்த பண்டிதனைச் சீரிய செந்தமிழ்ச் செல்வனைச் செய்குதம்பிப் பாவலனை எந்தநாள் காண்போம் இனி" என்று வருந்திப் பாடினார்.

நினைவுச் சிறப்புகள்

பாவலரின் அரிய தொண்டினை அரசும், மக்களும் மறக்க இயலாது. பாவலர் மற்றும் கவிமணி விழாக்களை அரசு ஆண்டுதோறும் நடத்துகிறது. பாவலர் பிறந்து வாழ்ந்த தெரு 'பாவலர் தெரு' என்றே அழைக்கப்படுகிறது. இடலாக்குடி அரசு மேல்நிலைப் பள்ளிக்குச் 'சதாவதானி பாவலர் அரசு மேல்நிலைப்பள்ளி' என்று பெயரும் சூட்டப்பட்டுள்ளது. அங்குப் பாவலர் நினைவு மண்டபமும் எழுப்பப்பட்டுள்ளது.

நினைவு மண்டபம்

தமிழ்நாடு அரசு செய்குத்தம்பிப் பாவலர் நினைவைப் போற்றும் வகையில் அவருக்குக் கன்னியாகுமரி மாவட்டம் நாகர்கோவில் கோட்டார் பகுதியில் இடலாக்குடியில் சதாவதானி செய்குத்தம்பிப் பாவலர் நினைவு மண்டபம் அமைத்துள்ளது. இங்கு 900 சதுர அடி பரப்பளவில் 125 பேர் அமரக்கூடிய வகையில் அரங்கு ஒன்று அமைக்கப்பட்டுள்ளது. நூல் நிலையமும், படிப்பகமும் செயல்பட்டு வருகின்றன

சிறப்பு அஞ்சல் தலை

இந்திய அரசால் 31 திசம்பர் 2008 அன்று இவரது நினைவாகச் சிறப்புத் தபால் தலை வெளியிடப்பட்டது.

○○○

17

சேக் பீர்முகம்மது சாகிபு

சேக் பீர்முகம்மது சாகிபு ஒரு இசுலாமியத் தமிழ் அறிஞர். இவர் இருபதுக்கும் மேற்பட்ட இசுலாமியத் தமிழ் ஞான இலக்கியங்களை இயற்றி உள்ளார்.

படைப்புகள்

ஞானப்புகழ்ச்சி
ஞானரத்தினக் குறவஞ்சி
ஞானப்பூட்டு
ஞான ஆனந்தக் களிப்பு
திருமெஞ்ஞானச்சரநூல்
ஞானவிகட சமர்த்து
ஞானத்திறவுகோல்
மெஞ்ஞான அமிர்தகலை
பிசுமில் குறம்
ஞான உலக உருளை
ஞானமணி மாலை
ஞானப்பால்
ஞானக்குறம்
ஞான சித்தி
ஞானமுச்சுடர்ப் பதிகங்கள்
ஞானக்கண்
ஞான நடனம்
மெஞ்ஞானக் களஞ்சியம்
ஞானமலை வளம்

○○○

18

சேகனாப் புலவர்

சேகனாப் புலவர் என்பவர் 19 ம் நூற்றாண்டில் வாழ்ந்த இசுலாமியத் தமிழ்ப் புலவர் ஆவார். செய்கு அப்துல்காதிர் நெயினார் லெப்பை என்ற பெயரின் சுருக்கமே சேகனாப் புலவர் ஆகும். காயல் பட்டினத்தைச் சேர்ந்த இரத்தின வியாபாரியின் மகனான இவர் இளமையில் அறிவுக் குறையுடையவராய் இருந்ததாகவும் ஒருநாள் கருநாகம் ஒன்று இவரது நாவைத் தீண்டியது என்றும், அதுமுதல் இவர் கவிபுனையும் ஆற்றல் பெற்றதாகவும் கூறப்படுகிறது. புகழ்பெற்ற ஞானியரான குணங்குடி மஸ்தான் சாகிபு இவரது பள்ளித் தோழராவார். இவர் தனது பரம்பரைத் தொழிலையும் விடாது பாடல் இயற்றி பெருஞ்சிறப்பு பெற்றார். இவர் தமிழுக்குப் பெருங்காப்பியங்களை இயற்றித் தந்துள்ளார்.

படைப்புகள்

- 2565 பாடல்கள் கொண்ட ஷாகுல் ஹமீது ஆண்டகையின் வரலாறு
- 1340 பாடல்கள் கொண்ட முகைய்யித்தீன் வரலாறு உரைக்கும் குத்பு நாயகம் 1810 என்ற புராணம்.
- திருக்காரணப் புராணம் 1812
- 2044 பாடல்கள் கொண்ட நபி இபுரகீம் அவர்களின் புனித வரலாறு உரைக்கும் திருமணி மாலை 1816
- புதூகுசா அம் 1821

○○○

19

சைகுத் தம்பி ஞானியார்

சைகுத் தம்பி ஞானியார் சாகிப் சூபிக் கலைஞர்களில் தலைசிறந்த ஒருவர். இவர், 1829 ஆம் ஆண்டில் பிறந்தார். இவரது இயற்பெயர் சைகு முகியித்தீன் மலுக்கு முதலியார் என்பதாம். இவரின் தந்தை பெயர் சைகு மன்சூர் சாகிப் என்னும் சைகு உதுமான். "மெய்ஞ்ஞானத் திருப்பாடற்றிரட்டு", "மெய்ஞ்ஞான விளக்கம்" போன்ற பல அரிய கருவூலங்களை சைகுத் தம்பி ஞானியார் சாகிப் அவர்கள் தமிழுக்குத் தந்துள்ளார்.

சைகுத் தம்பி ஞானியார் சாஹிப் அவர்களைப் பாட்டுடைத் தலைவனாக வைத்து, கொட்டாம்பட்டி கருப்பையா பாவலர் "திருக்கோட்டாற்றுக் கலம்பகம்" என்னும் நூலை இயற்றியுள்ளார். இவர் "மெய்ஞ்ஞான விளக்கம்" நூலுக்குத் தந்துள்ள வாயுரையின் வாயிலாகத்தான் மேற்கூறிய தகவல்களை அறிய முடிகிறது.

ஞானியார் பரம்பரை

"திருக்கோட் டாற்றுறை திருவுடைச் செல்வர் திருக்கோட் டாற்றினைச்
செம்மையி னுணர்ந்தோர் வளர்புகழ் சைகுது மான்லப் பையாலீம்
உளமகிழ் குமாரர் ஒலிசைகு மன்னான் செல்வப் புதல்வர் சைகு அபூ
பக்கர் பிறங்குஞா னியரொடு பிறந்த விளைஞர் மலிபுகழ் வரத்தார்
மன்னுதா வரத்தார் ஒலிகொடைக் கரத்தார் யோகசா கரத்தார்
சைகுது மானெனுந் திருப்பெய ருடைய மெய்குறி யிளைய மெய்ஞ்
ஞா னியர்தம் புத்ரசி காமணிப் பொற்பில் வருமணி எத்தரத் தவரு
மேந்து நவமணி மதிமணி துதிமணி வளமணி யொளிமணி மதிமுக
சைகு மன்சூர் சாகிப் தருசே யாகத் தறையுளோர் தவமே ஒருசே
யாக வுருவெடுத் தாங்கு"

"இன்னுயி ரதனை ஹிஜ்றிஆ யிரத்து முன்னுற் றாறின் முஹற
மாதத் திருபத் துமூன்றி னெய்திய வாதி வாரத் திராவில் வல்லவன்
சமுகஞ் சேரத் துறந்தோர் சைகுத் தம்பி எனுமபி தானத்
தினர்மெய்ஞ் ஞானியார் மனமொரு நிலையின் வயக்கிய தீரர்
அன்பொடு கற்றோ ரகவிரு ளகல இன்பமெய்ஞ் ஞான விளக்க
மெனவே வகுத்தரு வியவிம் மாண்புறு நூலின் மகத்துவ முற்றும்
வழுத்தற் பற்றோ."

மெய்ஞ்ஞான விளக்கம் சிறப்பு:

"அறம்பொரு ளின்ப மார்த்துயர் வீட்டி னுறவரு ணெறிதனை யுதவ
மாமறை அவரவர் பக்குவ மறிந்தரு ளூட்டித் தவமதிற் புகுத்தத்
தக்கது வாயிற் பெறவரும் ஞானப் பெரும்பே றுறுவீர் புலவீ
ருணருமின் னீரே.

"ஞானநடனம்" என்னும் நூலில் அந்தாதித் தொடைகளாக, ஞானம் என்னும் பரந்த பொருளில் பல்வேறுவகைப் பிரிவுகள் உள்ளனவென்றும், அவற்றை முறைப்படி கூற முற்படுவதாயும் அதற்கு "இறைவா நீ அருள் புரிவாய்" எனவும் இறையை வேண்டுகிறார்.

"அருளறிய ஞானத் தருமுறையைப் பூமேல் பொருளறியச் சொல்லப்
புகுவாம் இருளறவே எவ்வகையை நீயருள்வா யாதி.

சைகுத் தம்பி ஞானியார் சாஹிப் அவர்கள் ஞானாசிரியன் வேண்டுமென வலியுறுத்துகிறார்.

"அறிந்தவ ரிடத்திற் சென்றங்கருகிருந் தநேக நாளாய் அறிந்தவ
ரிடத்திற் சென்றங் கவரமு தருந்திக் கொண்டு அறிந்தவ ரிடத்திற்
சென்றங் கவர்பதம் பணிந்து கொண்டால் அறிந்தவ ரவனுக் கென்றே
யருள்முறைசொல்லு வாரே."

"இந்த வணக்க மறிவதற்கிங் கிசையுமூன் றுண்ட தறியவேண்டும்
முந்தஹ றுபொன்றா யானதுக்குள் முடிவைய றிந்துதான்
முடுகவேண்டும் அந்தப் படிதரும் வணக்கத்திலே யருளாய்க் காண்பது
மவர்சூறத்தாம் சொந்தமா கவேதெரி சித்தக்கால் தோற்றும துக்குளே
தன்சூறத்தே."

(அல்லாவைத் தவிர யாருக்கும் தலைவணங்கோம் என்று வாதிடுபவர்களுடன் வாதம் செய்ய எனக்குத் தகுதியில்லை!) ஒவ்வொரு முஸ்லிமும் கலிமாவை நாடுதல் வேண்டும்.

அதனை உச்சரிக்க வேண்டும். உள்ளத்தால் கலிமாவைச் சிந்தித்து, உள்ளத்து உணர்வுகளையுணர்ந்து, நினைவில் வைக்கவேண்டும். அதற்கிணங்க நடத்தல் வேண்டும். அப்படிப்பட்டோருக்கே, கியாமத் என்னும் இறுதித் தீர்ப்பு நாளில் நபிகள் நாயகத்தின் மன்றாட்டமெனும் அரபில் சபாஅத் (பாரிய சிபாரிசு) கிட்டும்.

"இந்தவகை மூன்றறிய வேதநாயன் சொன்னதை முந்தவள்ள
லானவெங்கள் முஸ்தபா நபிசொன்னார் அந்தவகை யானதை
யறிவதுவும் பறுலுமாம் இந்தவகை பீருட னிருந்தறிய வேண்டுமே."

சைகுத் தம்பி ஞானியார் சாஹிப் அவர்கள் படைப்புக்களிலிருந்து சில நித்திலங்கள்:

ஞானவிளக்கம்:

"ஈன்றெடுத்த தாய்தந்தைக்கு மென்கிளையோர் யாவருக்கும் ஆண்டு முந்தி நீதாவென் னாண்டவனே யென்கோவே." "எங்குந்திரிந் தலைவோர்க்கின மிலையேயின மிலையே பங்கப்படு மவரேமனப் பங்கப்படு மவரே துங்கச் சுடர் கதிருந்துணிந் தறிவோர்க்கு நீதுணையே தங்கப்பதி வழியேபரந் தரிப்போர்க்கு நீதயவே."

ஞான ஏசல்:

"எல்லா வுயிர்க்குளு நிறைந்தது யெப்படி மயிலே அது எள்ளுக்குள்
ளெண்ணை போலாகி மகிழ்வாங் குயிலே."
"செல்வ விஷேடத்தைச் சீராகச் சொன்ந்தார்மயிலே
அது சைகு முகியித்தீன் மலுக்கு குயிலே."

ஞானக்கும்மி:

"சைகு முகியித்தின் மலுக்கு முதலி செல்வ ரொலியின் துணைவ
ரானோர் யோகம் பெறவவர் பாதப்புகழ் நித்தம் ஓங்கக் கும்மி
யடிப்பமடி வினை நீங்கக் கும்மி யடிப்பமடி."

ஞான வருடப் புலம்பல்:

"காயாய்க் கனியாய்ப் பூவானாய் தகவவ் வடிவம் நீயானாய் தாயாய்
வந்தென் றனக்கு அமுதந் தருவதினி நீயெக்காலம்."

'கன்னி யழகி ககன வடிவானவளென்
தன்னில் பொருந்தித் தான்மகிழ்வ தெந்நாளோ."

"பெற்றார்க்குப் பித்தமுண்டும் பிறந்தார்க்குக் குற்றமில்லை உற்றவுடல்
மேனிகண்டு முகந்திருப்ப தெந்நாளோ."

இறைவனே அடைக்கலமென்று:

"மாரிகால மழைபெய்யிநீ தன்மையாய்ச் சீருமென்னுட் சிறப்புமே
நன்மையாய் ஊரைவிட்டு முலகினில் ஆனேன் ஆருமில்லை
அடைக்கல நாதனே."

"ஆறுநூறு மாறாயிரத் தறுபத்தாறு ஆதியான கலாமில் மறைந்தவா
பேருமுரும் பிறப்பு மில்லாதவா பின்னு முன்னு மடைக்கல
மானனே."

இங்கு கலாம் என்னும் சொல் பேரறிவைக் குறித்து அல்குரானைச் சுட்டி நிற்கிறது. சைகுத் தம்பி ஞானியார் சாஹிப் அவர்களின் படைப்புக்கள் முழுமையாக இனங்காட்டப்படாதது தமிழ் உலகிற்குப் பேரிழப்பே.

○○○

20

தக்கலை பீர் முகம்மது

தக்கலை பீர் முகம்மது அப்பா காலத்தால் மூத்த தமிழக சூபிக் கவிஞர். அப்பா என மரியாதையுடன் அழைக்கப்பட்டவர். சிறந்த இறைநேசச் செல்வர். திருக்குர் ஆனின் உன்னதப் புகழ் அனைத்தையும் தம் மெய்ஞானக் கவிதைகளின் வாயிலாக மக்களுக்குத் தந்தவர். இவருடைய பாடல்கள் யாரும் எளிதில் விளங்கிக் கொள்ளும் வண்ணம் எளிமையானவை. பீர் என்பது இசுலாமிய சூபித்துவத்தில் ஆன்மிகக் குரு. முகமது என்பது நபிப் பெருமகனாரின் திருப்பெயர்.

காடுகளிலும் மலைகளிலும் தவயோகத்தில் அப்பா ஈடுபட்டார். அக்காலத்திய திருவிதாங்கூர் அரசின் மலைப் பகுதிகளிலும் ஆன்மிகப் பயிற்சிகளைப் பெற்றார் என்று கூறப்படுகிறது.

இவரின் நூல்கள் தொகுப்பு

திருமெய்ஞானச் சரநூல், ஞான மலைவளம், ஞான ரத்தினக் குறவஞ்சி, ஞான மணிமாலை, ஞானப் புகழ்ச்சி, ஞானப்பால், ஞானப்பூட்டு, ஞானக்குறம், ஞான ஆனந்தக்களிப்பு, ஞான நடனம், ஞான மூச்சுடர் பதிகங்கள், ஞான விகட சமர்த்து, ஞானத் திறவுகோல், ஞான தித்தி, அவரின் படைப்புக்களை வைத்து அவர் கிபி 13, 17ம் நூற்றாண்டைச் சேர்ந்தவர் எனவும் கருதுகின்றனர்.

தன் வாழ்நாளில் பெரும் பகுதியைக் கேரள மாநிலத்தின் கொச்சிப் பகுதியைச் சார்ந்த மலைப் பகுதிகளில்தான் வாழ்ந்தார். இதன்பின் யானை மலைக் காட்டுப் பகுதிகளில்

தவம் இருந்தார். அப்போதுதான் சூபிக் கருத்துப் பெட்டகமாம் பல நூல்களை எழுதியதாகத் தெரிகிறது.

திருநெல்வேலி மாவட்டம் தென்காசி வட்டம் கணிகபுரத்தில் பிறந்தார். இவருடைய தந்தையார் சிறுமலுக்கர். தாயார் ஆமீனா. இவரின் காலத்தைப் பற்றிய சரியான தடங்கள் இல்லை. கிபி 10, 13ஆம் நூற்றாண்டிற்கு இடைப்பட்டதாக இருக்கலாம். இசுலாமிய ஆண்டு ஹிஜ்ரி 800 க்கும் 1100க்கும் இடைப்பட்டது. சித்தர்களின் வரிசையில் அப்பா அவர்களின் பெயரும் இடம் பெற்றுள்ளது. சமசுகிருத மருத்துவ நூல்கள் இவரை சித்த நாகார்ஜுனர் என்றே குறிப்பிடுகின்றன.

இளமைக்காலம்

தென்காசியில் சைவ சமயம் எழுச்சி பெற்று நின்றது. சைவ வெள்ளாளர்களும், பாளையப்பட்டு மறவர்களும், பட்டு நூல் நெசவாளர்களும் கலந்து வாழ்ந்த நகரில் இசுலாமியர்களும் இருந்தனர். அங்கு விசுவநாத சாமி கோவில் என்ற பிரமாண்டமான கோவில் ஒன்று இருந்தது. அந்தக் கோயிலின் தர்மகர்த்தாவான திரு. பெஸ்கட் ராம சாஸ்திரி, பீர்முகம்மதின் அப்பா சிறுமலுக்கருக்கு நெருங்கிய நண்பராக இருந்தார். எனவே, இருவீட்டுப் பிள்ளைகளும் நெருங்கிப் பழகுவர். விளையாடுவர். இருப்பினும், இளமைக் காலத்தில் பீர்முகம்மது உலக நடப்புகள் எவற்றின் மீதும் ஆர்வம் காட்டாத மனம் படைத்தவராக இருந்தார். அதுவே அச்சூழல் அவருக்குப் பொருத்தமாகவே இருந்தது.

வாழிட மாற்ற நிகழ்வு

அக்காலத்தில், அக்கோவில் குளத்தில் சைவர்கள் மட்டுமே குளிக்க அனுமதிப்பர். அச்சூழலில் பீர் முகம்மது என்ற இசுலாமியச் சிறுவன் குளித்ததால், பீர் முகம்மதுவின் அப்பாவுக்கும், கோவில் தர்மகத்தாவுக்கும் மனப்பிரச்சனையை ஏற்படுத்தி விட்டது. அன்றைய நாட்களில் தக்கலையானது நெசவாளர்களை அதிகம் கொண்ட இடமாகச் செயல்பட்டது. எனவே, தக்கலைக்குத் தமது வாழிடத்தை மாற்றி, அங்கு முஹைதீன் பிள்ளை என்பவருடைய வீட்டில் தங்கினர். அங்கு

அவரது குடும்பத்தார், நெசவுத் தொழிலை மேற்கொண்டனர். அன்று தக்கலை, திருவாங்கூர் மன்னரின் ஆளுகைக்கு உட்பட்டிருந்தது. திருவாங்கூரின் தலைநகராக அதன் அடுத்த ஊரான பத்மநாபபுரம் விளங்கியது. தன் வாழ்நாளில் பெரும் பகுதியைக் கேரள மாநிலத்தின் கொச்சிப் பகுதியைச் சார்ந்த மலைப் பகுதிகளில்தான் வாழ்ந்தார். இதன்பின் யானை மலைக் காட்டுப் பகுதிகளில் தவம் இருந்தார். அப்போதுதான் சூபிக் கருத்துப் பெட்டகமாம் பல நூல்களை எழுதியதாகத் தெரிகிறது.

தக்கலை பீர் முகமது அப்பாவின் சிறப்பு

"தென்காசி நாடு சிறுமலுக்க ரென்னுமவர்
தன்பால னிக்கதையைச் சாற்றினான்" (ஞானப்புகழ்ச்சி)

"சிறுமலுக்க ரீன்ற தவச் சிறப்புடைய பீர்முகம்மது" (ஞானக் குறம்)

பீர்முகமது ஒலியுல்லா 18 ஆயிரம் ஞானப்புகழ்ச்சி பாடல்களை எழுதியுள்ளார். இவரது ஆண்டு விழா தக்கலை பீர் முகம்மது ஒலியுல்லா தர்காவில் அஞ்சுவன்னம் பீர்முகமதியா முஸ்லிம் அசோசியேஷன் சார்பில் ஒவ்வொரு ஆண்டும் நடத்தப்பட்டு வருகிறது.

அப்பா அவர்கள் பிறந்த ஆண்டு இன்னும் கணிக்க முடியாமலே இருக்கிறது. இளமையிலேயே ஞானக் கருத்துக்களில் ஈடுபாடு உடையவராய் விளங்கிய அவர், தென்காசியைச் சேர்ந்தவராயிருப்பினும் தன் வாழ்நாளில் பெரும் பகுதியைக் கேரள மாநிலத்தின் கொச்சிப் பகுதியைச் சார்ந்த மலைப் பகுதிகளில்தான் வாழ்ந்தார். இதன்பின் யானை மலைக் காட்டுப் பகுதிகளில் தவம் இருந்தார். அப்போதுதான் சூபிக் கருத்துப் பெட்டகமாம் பல நூல்களை எழுதியதாகத் தெரிகிறது.

இவரின் நூல்கள்

திருமெய்ஞானச் சர நூல்

ஞான மலை வளம்,

ஞான ரத்தினக் குறவஞ்சி,

ஞான மணி மாலை
ஞானப் புகழ்ச்சி
ஞானப்பால்
ஞானப்பூட்டு
ஞானக்குறம்
ஞான ஆனந்தக்களிப்பு
ஞான நடனம்
ஞான மூச்சுடர் பதிகங்கள்
ஞான விகட சமர்த்து
ஞானத் திறவுகோல்
ஞான தித்தி

அவரின் படைப்புக்களை வைத்து அவர் கிபி 17ம் நூற்றாண்டைச் சேர்ந்தவர் எனவும் கருதுகின்றனர்.

சில நூற்கீற்றுகள்

தக்கலையில் வாழ்ந்த நாட்களில் தன் புகழ்பெற்ற நூலான ஞானப் புகழ்ச்சியை இயற்றினார்.

"தென்காசி நாடு சிறுமலுக்க ரென்னுமவர்

தன்பால நிக்கதையைச் சாற்றினான்" (ஞானப் புகழ்ச்சி)

"சிறுமலுக்க ரீன்ற தவச் சிறப்புடைய பீர்முகம்மது" (ஞானக் குறம்)

இவரின் சிறப்பு

பீர்முகம்மது தக்கலையில் நெசவுத் தொழில் செய்து கொண்டே, பல்வேறு விதமான இலக்கிய செயற்பாட்டுக்குள்ளும் இறங்கினார்.

தென்காசியில் இருந்ததால், அவரிடம் சைவ சமய தாக்கம் இருந்தது. அவருடைய பாடல்கள் பலவற்றில் சைவ சமயக் கூறுகள் உள்ளன.

இவர் நிகழ்த்தியதாகச் சொல்லப்படும் பல்வேறு அற்புதங்கள் செவிவழிக் கதைகளாகப் புனைந்து இப்பகுதியில் வலம் வருகின்றன.

சித்தர்களின் தியானக் கலை, மூச்சுக்கலை போன்றவற்றைப் பயின்றார்.

தமிழ் சித்தர்களின் மூச்சுக் கலையை அடிப்படையாகக் கொண்ட பல்வேறுவித புலன் செயல்பாடுகள் இவரிடத்திலும் இருந்ததாகக் கருதப்படுகிறது.

தக்கலை பீர்முகமது எனும் சூஃபி ஞானி / சித்தரின்..

பீர் முகம்மது அப்பா, பிள்ளைப் பருவத்திலேயே பெற்றோரையும் பிறந்த ஊரான தென்காசியையும் விட்டுப் பிரிந்து ஏறத்தாழ 95 ஆண்டு காலம் இருந்தார்.

இவரின் காலத்தைப் பற்றிய சரியான தடங்கள் இல்லை. கிபி 10, 13ஆம் நூற்றாண்டிற்கு இடைப்பட்டதாக இருக்கலாம். இசுலாமிய ஆண்டு ஹிஜ்ரி 800 க்கும் 1100 க்கும் இடைப்பட்டது.

அப்பா அவர்கள் நீண்ட காலம் தங்கியிருந்த கேரளத்தின் ஒரு இடத்திற்கு இன்னமும் பீர்மேடு (இடுக்கி மாவட்டம்) எனும் பெயர் நிலவுகிறது.

இறுதியில் கன்னியாகுமரி மாவட்டம் தக்கலைப் பகுதிக்கு வந்து சிலகாலம் இருந்து ஞானம் உபதேசித்தார்; பின்னர் இறுதி நாளும் தக்கலையிலேயே முடிந்தது. இவருடைய தர்கா, பீர் முகம்மது ஒலியுல்லா தர்கா தக்கலையில் இருக்கிறது.

○○○

21

மணவை முஸ்தபா

மணவை முஸ்தபா (பிறப்பு *15* ஜூன் *1935*, இறப்பு *06* பிப்ரவரி *2017*) அறிவியல் தமிழ் வளர்ச்சிக்கு அருப்பெரும் பணியாற்றிய தமிழ் அறிஞர். இவர் அறிவியல் தமிழ்த் தந்தை என்றும் அறியப்படுகிறார். அறிவியல், தொழில்நுட்பம், மருத்துவம், கணினி துறை சார்ந்த *8* கலைச் சொல் அகராதிகளை வெளியிட்டவர். தொடர்ந்து பல துறைகளில் கலைச் சொல் அகராதிகளை வெளியிடத் திட்டமிட்டு பணியாற்றியவர். யுனெஸ்கோ கூரியரின் தமிழ்ப் பதிப்பின் ஆசிரியராக அது நிறுத்தப்படும் வரை பணியாற்றினார். அறிவியல் தமிழ் அறக்கட்டளை என்னும் நிறுவனத்தை நிறுவி அறிவியல் தமிழ் பணியைத் தொடர்ந்தவர்.

இவர் எழுதிய இசுலாமும் சமய நல்லிணக்கமும் எனும் நூல் தமிழ்நாடு அரசின் தமிழ் வளர்ச்சித் துறையின் *1996*

ஆம் ஆண்டுக்கான சிறந்த நூல்களில் தத்துவம், சமயம், அளவியல், அறிவியல் எனும் வகைப்பாட்டில் இரண்டாம் பரிசும், இவர் எழுதிய மருத்துவக் கலைச்சொல் களஞ்சியம் எனும் நூல் 1996 ஆம் ஆண்டுக்கான சிறந்த நூல்களில் சிறப்பு வெளியீடுகள் எனும் வகைப்பாட்டில் முதல் பரிசும் பெற்றிருக்கின்றன. அறிவியல் தொழில் நுட்பக் கலைச்சொல் களஞ்சிய அகராதி நூல் அனந்தாச்சாரி ஃபௌண்டேஷன் ஆப் இந்தியாவின் முதற் பரிசு பெற்றது. கணினிக் கலைச்சொல் களஞ்சிய அகராதி நூல் தமிழ்நாடு முற்போக்கு எழுத்தாளர் சங்க முதற்பரிசு பெற்றது.

வாழ்க்கைக் குறிப்பு

இவர் மணப்பாறை அருகில் உள்ள இளங்காகுறிச்சியில் 15 சூன் 1935ஆம் நாள் பிறந்தார். இவருக்கு சவுதா என்கிற மனைவியும், அண்ணல், செம்மல் என்ற 2 மகன்களும், தேன்மொழி என்ற மகளும் உள்ளனர்.

ஆற்றிய பணிகள்

தென்மொழிகள் புத்தக டிரஸ்ட் நிர்வாக இயக்குநராக 40 ஆண்டுகள், 'புத்தக நண்பன்' (புக் பிரண்ட் மாத இதழ்) ஆசிரியராக 4 ஆண்டுகள், யுனெஸ்கோ கூரியர் பன்னாட்டு மாத இதழ் ஆசிரியராக 35 ஆண்டுகள், என்சைக்ளோபீடியா பிரிட்டானிகா தலைமைப் பொறுப்பாசிரியர் தமிழ் பதிப்பு, முதலமைச்சர் தலைமையில் அமைக்கப்பட்ட 'சுதந்திரப் பொன்விழா குழு" முன்னாள் உறுப்பினராகவும், முதலமைச்சர் தலைமையிலான தமிழ்நாடு அரசு உயர்கல்வி தமிழ் ஆக்கப்பணிக்குழு முன்னாள் உறுப்பினராகவும், அனைத்திந்திய தமிழ் எழுத்தாளர் சங்க முன்னாள் இணைச் செயலாளராகவும், உலகத் தமிழ் மாநாடுகளை நடத்தி வரும் சர்வதேசத் தமிழ் ஆராய்ச்சிப் பேரவையின் இந்தியக் குழுவின் முன்னாள் இணைச் செயலாளராகவும், 'பாரதிய ஞானபீடப் பரிசு தேர்வுக்குழு' உறுப்பினராகவும், 1968, 1982, 1987, 1995 ஆண்டுகளில் நடைபெற்ற உலகத் தமிழ் மாநாடுகளில் 7 ஆய்வுக் கட்டுரைகள் படித்துள்ளார். 1986 இல் அண்ணா பல்கலைக் கழகத்தில் நடைபெற்ற 'அறிவியல் தொழில்

நுட்பக் கருத்துப் பரிமாற்றம் பற்றிய 15 நாள் கருத்தரங்க மற்றும் பயிற்சி வல்லுநராக இருந்து நடத்தியுள்ளார். தொலைக்காட்சி தொடங்குமுன் தமிழ்நாடு அரசு அமைத்த தொலைக்காட்சி ஆலோசனைக் குழு மேனாள் உறுப்பினர். தொலைக்காட்சி விளம்பரதாரர் நிகழ்ச்சித் தேர்வாளராகப் பணியாற்றினார். 1965 முதல் எல்லா வகையான வானொலி நிகழ்ச்சிகளிலும் பங்கேற்று வந்தார். தமிழ்நாடு பாண்டிச்சேரி வானொலி நிலைய அறிவியல் நிகழ்ச்சி ஆலோசகராகப் பணியாற்றியிருந்தார். அண்ணா பல்கலைக்கழக வளர்தமிழ் மன்ற 'களஞ்சியம்'அறிவியல் இதழில் ஆசிரியர் குழு உறுப்பினராகவும், தமிழ் வளர்ச்சித் துறை ஆலோசகராகவும், கௌரவ மாகாண மாஜிஸ்திரேட்டராக 1972 முதல் 1974 முடியப் பணியாற்றினார்.

திரைப்படத் தணிக்கை குழு உறுப்பினராக 1977 முதல் 1986 முடிய பணியாற்றினார். நீண்ட நாள் உறுப்பினர் இவர் என்பது குறிப்பிடத்தக்கது. 'மீரா அற நிறுவனம்" தலைவராகவும், எம்.ஜி.ஆர் மருத்துவப் பல்கலைக்கழகத் தமிழ் வளர்ச்சித்துறை ஆலோசகராகவும், 2006 – 2009 வரை தமிழ்நாடு அரசின் அறிவியல் தமிழ் மன்றத்தின் தலைவராகப் பொறுப்பு வகித்தார். 'அறிவியல் தமிழ் அறக்கட்டளையின்" தலைவராகவும், தமிழ் மொழி மேம்பாட்டு வாரியத்தின் உறுப்பினராகவும், செம்மொழித் தமிழாய்வு நிறுவனத்தின் சென்னை உறுப்பினராகவும் இருந்தார்.

எழுதிய நூல்கள்

கணினி கலைச்சொல் களஞ்சிய அகராதி

கணினி களஞ்சியப் பேரகராதி

மருத்துவக் களஞ்சியப் பேரகராதி

செம்மொழி உள்ளும் புறமும்

விழா தந்த விழிப்பு

சிறுவர்க்கும் சுதந்திரம்

தமிழில் இஸ்லாமிய இலக்கிய வடிவங்கள்

பெருமானாரின் பிற சமயக் கண்ணோட்டம்

அன்றாட வாழ்வில் அழகு தமிழ்
இஸ்லாம் ஆன்மீக மார்க்கமா? அறிவியல் மார்க்கமா?
இளையர் அறிவியல் களஞ்சியம்
காலம் தேடிய தமிழனின் அறிவியல் தமிழ் வரலாறு
அறிவியல் கலைச்சொல் களஞ்சியம்
இஸ்லாமும் சமய நல்லிணக்கமும்
அண்ணலாரும் அறிவியலும்
அறிவியல் தமிழின் விடிவெள்ளி
தமிழில் அறிவியல் படைப்பிலக்கியம்
சமண பௌத்த கிருஸ்துவ இஸ்லாமிய இலக்கியங்கள்
இன்றைய தென்னக இலக்கியப் போக்கு
அறிவியல் தொழில்நுட்ப கலைச்சொல் களஞ்சிய அகராதி
தமிழில் இஸ்லாமிய மெய்ஞ்ஞான இலக்கியங்கள்
மருத்துவக் கலைச்சொல் களஞ்சியம்
தெளிவு பிறந்தது
சிந்தைக்கினிய சீறா
இளைஞர் இஸ்லாமியக் கலைக்களஞ்சியம்
காலம் தேடும் தமிழ்
திருப்புமுனை
சிறுவர் கலைக்களஞ்சியம்
மொழிபெயர்ப்பும் ஒலி பெயர்ப்பும்
வலம் வந்த உலகம்
எண்களுடன் கூடிய வரிசை உறுப்பினர்

ஆங்கிலத்திலிருந்து தமிழில் மொழிபெயர்த்த நூல்கள்:

புதிய கண்டுபிடிப்புகளின் வரலாறு
நூறு பேர்
மாதிரி லட்சாதிபதி

ஜெர்மானிய இந்திய இயல் அன்றும் இன்றும்

பறக்கும்

இந்திய தேசிய இராணுவத்தின் கதை

மலேசிய கூட்டரசு அரசமைப்பு சட்டம்

மலையாளத்திலிருந்து தமிழில் மொழிபெயர்த்த நூல்கள்:

பறக்கும் கலங்கள்

காலம்

பன்னிரண்டு ஓரங்க நாடகங்கள்

உருவாக்கிய தொகுப்புகள்:

அறிவியல் செய்தி பரிமாற்றம்

சிறப்பு சிறுகதைகள்

காசிம் புலவர் திருப்புகழ்

பெற்ற விருதுகளும் சிறப்புகளும்

கலைமாமணி விருது (1985) மணவையாரின் அறிவியல் தமிழ்ப் பணியைப் பாராட்டியும் உலகெங்கும் தமிழ் மொழி கலை இலக்கிய பண்பாட்டுச் சிறப்புகளைப் பரப்பி வருவதற்காகவும் தமிழ்நாடு அரசு இயல் இசை நாடக மன்றம் 1985 இல் வழங்கியது (26.01.85). 'திரு.வி.க." விருது, (1989), 1989ல் அறிவியல் தமிழ் வளர்ச்சிப் பணியைப் பாராட்டி தமிழ்நாடு அளித்த சிறந்த தமிழறிஞர்க்கான விருது. 'எம்ஜி.ஆர்." விருது (1996), அறிவியல் தமிழ் பணியைப் பாராட்டி ஆழ்வார்கள் ஆய்வு மையம் சார்பில் 1996இல் வழங்கப்பட்டது. 'தமிழ் தூதுவர்' விருது (1994) தமிழ்நாடு கூட்டுறவு வங்கி அதிகாரிகள் மன்றம் உலகளாவிய முறையில் தமிழ்மொழி பண்பாடு கலை இலக்கியப்பணி ஆற்றி வருவதைப் பாராட்டி வழங்கப்பட்டது (28.4.1994). 'வளர்தமிழ்ச் செல்வர்' இளையான்குடி ஜாஹீர் உசேன் கல்லூரி அறிவியல் மன்றம் இவரது அறிவியல் தமிழ்ப்பணியைப் பாராட்டி குன்றக்குடி அடிகளாரால் வழங்கப்பட்டது. 'அறிவியல் தமிழ்ச் சிற்பி' விருது (1987)

சிந்தனையாளர் கழகம் இவரது அறிவியல் தமிழ் பணியைப் போற்றும் வகையில் அதன் சார்பில் அன்றைய முதல்வர் மு. கருணாநிதியால் வழங்கப்பட்டது.

'கேரளப் பல்கலைக் கழகப் பாராட்டு' (1994)

கலைச் சொல்லாக்கப் பணியை போற்றும் வகையிலும் தமிழுக்கும் மலையாள மொழிக்குமிடையே மொழி பெயர்ப்பு மூலம் இணைப்புப் பாலமாக விளங்குவதைப் பாராட்டும் வகையிலும் கேரளப் பல்கலைக் கழகத் தமிழ்த்துறை பொன் விழாவின் பொழுது, இவருக்குப் பொன்னாடை அணிவித்து விருதுக் கேடயமும் பாராட்டு இதழும் வழங்கப்பட்டது. சிறந்த மொழி பெயர்ப்பாளருக்கான விருது தமிழ்நாடு அரசால் *1994*ம் ஆண்டு வழங்கப்பட்டது.

'புகழ் பதிந்த தமிழர்" பட்டம், பம்மல் நாகல்கேணி தமிழ்ச் சங்கம் இவரது தமிழ்ப் பணியைப் பாராட்டி வழங்கியது. 'அறிவியல் தமிழ் வித்தகர்" விருது *(1995)* ஈரோடு அல்லாமா இக்பால் இலக்கிய மன்றத்தாரால் இவரது தமிழ்ப் பணிக்காக வழங்கப்பட்டது. 'அறிவியல் தமிழேறு" விருது *(1996)* மணவைத் தமிழ் மன்றம் இவரது அறிவியல் தமிழ்ப் பணியைப் பாராட்டி வழங்கியது. 'ராஜா சர் முத்தையா செட்டியார் விருது' *(1995)* திரு.மணவையாரின் கால் நூற்றாண்டு காலத் தமிழ்ப் பணியைப் பாராட்டும் வகையில் "ராஜா சர் முத்தைய" விருதும் அண்ணாமலைச் செட்டியார் அறக்கட்டளையின் பொற்கிழியும் வழங்கப்பட்டது.

"முத்தமிழ் வித்தகர்" *(1996)* உலகப் பண்பாட்டுக் கழகத்தார் இவரது ஆக்கபூர்வமான தமிழ் பணியைப் பாராட்டும் வகையில் "முத்தமிழ் வித்தகர்" விருது வழங்கினர். *(23.07.1996)* 'தந்தை பெரியார் விருது" திராவிடர் கழகத்தின் முத்தமிழ் மன்றத்தாரால் தமிழ் வளர்ச்சி பற்றி பெரியார் கொண்டிருந்த கொள்கையை கனவை நிறைவேற்றும் வகையில் அமைந்து வரும் இவரது அறிவியல் தமிழ் பணியைப் பாராட்டி வழங்கியது. 'மூப்பனார்' விருது *(1997)* த.மா.கா.வின் தேசிய ஒருமைப்பாட்டுக் கழகத்தாரால் இவரது அறிவியல் தமிழ்ப்பணியைப் பாராட்டி வழங்கப்பட்டது.

'சாதனையாளர்" விருது இவரது தமிழ்ப் பணியை பாராட்டி 'முகம்' திங்களிதழ் சார்பாக உச்ச நீதிமன்ற முன்னாள் நீதிபதி எஸ்.மோகனால் வழங்கப்பட்டது. 'அறிவியல் தமிழருவி' விருது (1998) அமெரிக்காவிலுள்ள சிகாகோ தமிழ் மன்றத்தாரால் 1998இல் இவரது அறிவியல் தமிழ்ப்பணியைப் பாராட்டி வழங்கப்பட்டது. 'சேவா ரத்னா" விருது (1998) இவரது இடையறா அறிவியல் தமிழ்ப்பணி சமய நல்லிணக்கப் பணியைப் பாராட்டி காஞ்சி காமகோடி பீட செண்டினேரியன் டிரஸ்ட் சார்பில் முன்னாள் குடியரசுத் தலைவர் டாக்டர் சங்கர் தயாள் சர்மாவால் வழங்கப்பட்டது (17.09.1998).

'சான்றோர் விருது" (2000) சான்றோர் பேரவை சார்பில் இவரது அறிவியல் தமிழ்ப் பணியைக் குறிப்பாகக் கலைச் சொல்லாக்கப் பணியைப் பாராட்டி நவம்பர் 2000ல் வழங்கப்பட்டது. 'கணினி கலைச் சொல் வேந்தர்" (2000) திருவையாறு தமிழய்யா கல்விக் கழகம் சார்பில் இவரது கலைச் சொல்லாக்கப் பணியைப் பாராட்டி விருதும் பொற்கிழியும் நவம்பர் 2000இல் வழங்கப்பட்டது. 'ஆறாவது உலகத் தமிழ் மாநாட்டு சிறப்பு விருது" தஞ்சையில் நடைபெற்ற ஆறாவது உலகத் தமிழ் மாநாட்டில் அறிவியல் தமிழ் வளர்ச்சிக்காக குறிப்பாக கூரியர் இதழியல் பணிக்காக அப்போதைய முதல்வர் புரட்சித்தலைவியால் சிறப்பு விருது வழங்கப்பட்டது.

'மாமனிதர்' விருது (1999) இந்திய தேசிய முஸ்லிம் லீக் வழங்கியது 10.3.99, 'அறிவில் கலைச் சொல் தந்தை" விருது (1999), அறிவியல் தமிழுக்கு இவர் ஆற்றும் பெரும் பணிக்கு ரூபாய் ஐந்து லட்சத்துடன் இந்தப் பரிசு வழங்கப்பட்டது. 24.02.99 'அறிவியல் தமிழ் தந்தை' விருது, (2003) தமிழ்நாடு முஸ்லிம் கலாச்சாரப் பேரவை குவைத் 14.02.2003 'தமிழேந்தி' விருது, வளைகுடா வானம்பாடிகள் கவிஞர், சங்கம் வழங்கியது. 'சீறாச் செல்வர்' விருது கம்பன் கழகம் வழங்கியது

'தமிழ் வாகைச் செம்மல்' விருது சேலம் தமிழ்ச் சங்கம் வழங்கியது. 'கலைஞர்' விருது (2003) முரசொலி அறக்கட்டளை சார்பாக கலைஞர் மு.கருணாநிதி அவர்களால் ஒரு லட்ச ரூபாய் ரொக்கப் பரிசுடன் வழங்கப்பட்டது (28.6.2003). 'அமெரிக்க மாட்சிமை" விருது கனடாவில் வழங்கப்பட்டது. 'அறிவியல் செல்வம்' விருது முத்தமிழ் பேரவை சார்பாக கலைஞர் மு.கருணாநிதி அவர்களால் வழங்கப்பட்டது 'தங்க நட்சத்திர' விருது.

'அறிவியல் தமிழ் கலைச்சொல் வேந்தர்" விருது வாணியம்பாடி முத்தமிழ் மன்றத்தால் வழங்கப்பட்டது. 'ஆதித்தனார்' விருது (2004) ஆதித்தனார் முத்தமிழ் பேரவை சார்பாக தங்கப் பதக்கத்துடன் வழங்கப்பட்டது (27.09.2004). 'உமா மகேசுவரனார்' விருது (2005) கரந்தை தமிழ்ச்சங்கம் வழங்கியது (05.09.2005). 'செம்மொழிச் செம்மல்' விருது திருவள்ளுவர் தமிழ் மன்றம்; மணிமேகலை மன்றம்; கம்பர் கழகம்; சேக்கிழார் மன்றம்; முத்தமிழ் நற்பணி மன்றம்; பாரதி மன்றம் ஆகிய ஆறு மன்றங்களும் இணைந்து இராசபாளையத்தில் வழங்கியது.

'செம்மொழிக் காவலர்' விருது (2006) செம்மொழிப் பணியினைப் பாராட்டி 20.05.2006 அன்று தலைநகர் தமிழ்ச்சங்கம் வழங்கியது.

"இயல் செல்வம்" விருது (2003) இவருடைய கலைத் தொண்டை பாராட்டி டாக்டர் கலைஞர் மு.கருணாநிதி அவர்களால் முத்தமிழ் பேரவை சார்பாக வழங்கப்பட்டது 28.01.2003.

சிறப்புப் பரிசு (இலங்கை, 2002) உலக இசுலாமிய தமிழ் இலக்கிய மாநாடு கொழும்பு (அக்டோபர் 2002) இலங்கை அதிபர் ரணல் விக்ரமசிங்கே அவர்களால் வழங்கப்பட்டது.

'அறிவியல் களஞ்சியம்' விருது (2006) பிரான்ஸ் தமிழ் சங்கம் வழங்கியது 9.2.2006. 'பண்பாட்டு காப்பாளர்' விருது (2006) பூவை தமிழ் பண்பாட்டுச் சங்கம் வழங்கியது (31.12.2006).

'வாழ்நாள் சாதனையாளர்' விருது (2008) பாலம் அமைப்பு 2008ல் வழங்கியது.

'பாரதி' விருது (2008) ஈரோடு மக்கள் சிந்தனைப் பேரவை 11.12.2008 வழங்கியது. 'உலகப் பெருந்தமிழர்' விருது (2009) உலகத் தமிழர் பேரமைப்பு 27.12.2009ல் வழங்கியது

பல்வேறு தமிழ் வளர்ச்சிக்காக தமிழ்நாடு அரசு மற்றும் தமிழகத்தின் புகழ் பெற்ற அமைப்புகளாகவும் நிறுவனங்களாலும் 40க்கு மேற்பட்ட விருதுகளும் பட்டங்களும் பெற்றுள்ளார் இவர். தமிழ்நாடு அரசு சார்பில் வழங்கப்படும் ஐந்து விருதுகளைப் பெற்ற ஒரே தமிழறிஞர் இவர் என்பது குறிப்பிடத்தக்கது. இவரது வாழ்க்கையும் சாதனைகளும் மத்திய அரசால் 7 மணி 20 நிமிடம் பதிவு செய்யப்பட்டு புதுதில்லி ஆவணக் காப்பகத்தில் பாதுகாக்கப்பட்டு வருகிறது.

மறைவு

இவர் உடல் நலக் குறைவு காரணமாக பிப்ரவரி 06, 2017 அன்று காலமானார்.

○○○

22

தமிழில் சுயமுன்னேற்ற நூல்களின் முன்னோடி அப்துற் றஹீம் (Abdul-Rahim)

இருபதாம் நூற்றாண்டின் தலைசிறந்த படைப்பாளிகளுள் ஒருவரும் தமிழில் முதன்முதலாகச் சுய முன்னேற்ற நூல்களைப் படைத்தவர் அப்துற் றஹீம் (Abdul-Rahim).

உலகெங்கும் சுயமுன்னேற்ற நூல்கள் என்றாலே ஆங்கில நூல்கள் தான் நினைவுக்கு வருகின்றன. ஆனால் தமிழில் அப்துல் ரஹீம் அவர்கள் தான் முதன்முதலில் சுயமுன்னேற்ற நூல்களை அறிமுகம் செய்தவர். ராமநாதபுரம் மாவட்டம் தொண்டியில் *1922*ஆம் ஆண்டில் பிறந்து.. தனது *22* வயதில் lord of arabia எனும் மொழிபெயர்ப்பு நூலை வெளியிட்டார். *1948* இல் "வாழ்க்கையில் வெற்றி" எனும் வாழ்வியல் நூல் விற்பனையில் இன்றளவும் சாதனை புரிந்து வருகிறது.

தொண்டி அரபி மதரஸாவில் அரபு மொழியில் தேர்ச்சி பெற்றார். பின்னர் தொண்டியிலும் காரைக்குடியிலும் ஆரம்பக் கல்வி கற்றார். புதுக்கோட்டை மன்னர் கல்லூரியில்

இன்டர்மீடியட்டும் சென்னை முகம்மதன் கல்லூரியில் பி.ஏ. பட்டமும் பெற்றார்.

சிறிது காலம் பல்வேறு பணிகளில் ஈடுபட்டு வந்தார். அப்போது அந்த ஊரில் இலவச நூலகம் திறக்கப்பட்டது. புத்தகங்களை விஷயவாரியாகப் பிரித்து அட்டவணை தயாரிக்கும் பொறுப்பு இவருக்கு வழங்கப்பட்டது.

*அப்போது அங்கே 'லார்ட் ஆஃப் அரேபியா' என்ற நூலைப் பார்த்தவுடன், இதை நாம் மொழிபெயர்த்தால் என்ன என இவருக்குத் தோன்றியது. இது இவரது வாழ்வையே புரட்டிப் போட்டது. அதை 'அரேபியாவின் அதிபதி' என்ற நூலாகப் படைத்தார். தமிழறிஞர் சாமிநாத சர்மா இதற்கு அணிந்துரை எழுதி சிறப்பு செய்தார். சக்தி காரியாலயம் இந்நூலை வெளியிட்டது. இது வெளிவந்தபோது இவருக்கு வயது 22.

'சுதந்திர நாடு' என்ற பத்திரிகையின் ஆசிரியராக அப்போது பணியாற்றினார். யுனிவர்ஸல் பப்ளிஷர்ஸ் என்ற பதிப்பகத்தைத் தொடங்கினார். 1948ல் 'வாழ்க்கையில் வெற்றி' என்ற இவரது நூல் வெளிவந்தது. தமிழின் முதல் வாழ்வியல் நூலான இது வாசகர்களின் ஆதரவு பெற்று விற்பனையில் சாதனை படைத்தது.

தொடர்ந்து சுய முன்னேற்ற நூல்கள், சிறுவர் இலக்கியம், மொழிபெயர்ப்பு நூல்கள், சமய இலக்கியம் என எழுதிக் குவித்தார். 35 சுயமுன்னேற்ற நூல்கள் தவிர 9 வரலாற்று நூல்கள், 8 மொழிபெயர்ப்பு நூல்கள், மற்றும் 5 புதினங்களையும் படைத்துள்ளார்.

லியோ டால்ஸ்டாய், ஆபிரஹாம் லிங்கன் ஆகியோரின் வாழ்க்கை வரலாற்றை எழுதிய இவரைக் கவுரவிக்க வேண்டும் என அன்றைய அமெரிக்க அதிபர் அழைப்பு விடுத்தபோது, அங்கு வந்து போகும் சமயத்தில் நான் இரண்டு நூல்களை எழுதி விடுவேன் என்று கூறிவிட்டாராம். பிறகு சென்னையில் உள்ள அமெரிக்க தூதரகத்துக்கு அழைக்கப்பட்டு கவுரவிக்கப்பட்டார்.

மிகவும் எளிமையான வாழ்க்கை வாழ்ந்தார். பட்டம், பாராட்டுகளைத் தவிர்த்தார். தன் புகைப்படங்களைக்கூட வெளியிட விரும்பாத அளவுக்குத் தன்னடக்கம் மிக்கவர். மேடைகளில் தன்னைப் பற்றியோ தன் எழுத்துகளைப் பற்றியோ பேசியதில்லை.

முகம்மது நபியின் வாழ்க்கை வரலாற்றை 'நபிகள் நாயகம்' என்ற தலைப்பில் உரைநடையில் எழுதினார். 800 பக்கங்கள் கொண்ட 'மொஹம்மட் தி புரொஃபட்' என்ற ஆங்கில நூலையும் எழுதினார். 'நபிகள் நாயகக் காவியம்' என்று காப்பிய வடிவிலும் எழுதியுள்ளார்.

இஸ்லாம் பற்றி மக்களுக்குச் சரியான புரிதல் வேண்டும் என்பதைக் கருத்தில் கொண்டு கடுமையாக உழைத்து, 2,700 பக்கங்கள் கொண்ட 'இஸ்லாமியக் கலைக்களஞ்சியம்' என்ற நூலை எழுதி வெளியிட்டார். மேலும் 'இஸ்லாமிய தமிழ்ப் புலவர்கள்' என்ற நூலையும் எழுதினார்.

35 சுயமுன்னேற்ற நூல்கள் 9 வரலாற்று நூல்களும் எட்டு மொழிபெயர்ப்பு நூல்களும் எழுதி உள்ளது பெரும் வியப்பைத் தருகிறது. 1955 ஆம் ஆண்டு "எண்ணமே வாழ்வு" எனும் புத்தகம் உட்பட பல்வேறு புத்தகங்களை எழுதி இன்றளவும் விற்பனையில் சாதனை புரிந்து வருகிறது.

1950களில் வெளிவந்த இவரின் இல்லறம் புத்தகம் அனைத்து தம்பதிகளும் வாசிக்க வேண்டிய நூல். தீர்க்கதரிசனத்துடன் எழுதியுள்ளார். சுயமுன்னேற்ற நூல்களில் இருக்கும் தகவல் எல்லையற்றது.

வாழ்வில் முன்னேறுவது எப்படி? கவலைப்படாதே', "முன்னேறுவது எப்படி?' "சுபிட்சமாய் வாழ்க', "வியாபாரம் செய்வது எப்படி?', "வாழ்வைத் துவங்கு', "வாழ்வது ஒரு கலை', "வழி காட்டும் ஒளி விளக்கு', "மகனே கேள்', "அன்புள்ள தம்பி', "வாழ்வின் வழித்துணை', "வாழ்வின் ஒளிப்பாதை', "மன ஒருமை வெற்றியின் இரகசியம்', "அகிலத்தின் அறிவுத் திறன்', "இல்லறம்', "விளக்கேற்றும் விளக்கு', "இளமையும் கடமையும்', "உன்னை வெல்க', "படியுங்கள் சிரியுங்கள்', "படியுங்கள் சிந்தியுங்கள்', "படியுங்கள் சுவையுங்கள்',

"ஒழுக்கம் பேணுவீர்', "நினைவாற்றல் அறிவிற்கு ஓர் அணி' எனப் பல நூல்கள் எழுதி இளைஞர் சமூகத்திற்கு வழிகாட்டியாகத் திகழ்ந்தார்.

இவரின் நூல்களில் மனம் கவர்ந்த வரிகள்

பணத்தைப் பற்றிக் கூறும் போது ஒரு இடத்தில் இவ்வாறு கூறுகிறார் "வருமானத்தை காலணிக்கு நிகராகக் கூறலாம். அது சிறிதாக இருப்பின் அதை அணிந்திருப்பவனின் காலை கடிக்கிறது. பெரிதாக இருப்பின் அவனை சற்று தடுமாறச் செய்கிறது.

சிறு மனிதர்கள் வறுமைக்கு அடங்கி விடும் போது, பெரிய மனிதர்கள் வறுமையைத் தங்களுக்கு அடிபணியச் செய்து மேலேறி நிற்கிறார்கள்.

இன்று உலகம் விரும்புவது தனித்தன்மையுடன் சிந்தித்துச் செயலாற்றுகின்றவர்களையேயன்றி பிறருடைய சிந்தனையைச் செயலாற்றும் மனித இயந்திரங்களையல்ல.

அறிவின் முதற்படி என்னவென்றால் பொய்யை பிரித்தறிவது, இரண்டாவது படி உண்மையை விளங்கிக் கொள்வது.

"ஒரு சிற்பி தான் செய்த சிலையின் பின்பாகத்தை ஒழுங்காக செய்து கொண்டிருந்தார். அதனை பார்த்த ஒருவன் சிலையின் முகப்பைதானே மக்கள் பார்ப்பர். பின்புறம் சுவரின் பக்கத்தில் தானே உள்ளது என்றார். அதனை மக்கள் பார்க்காவிட்டாலும் இறைவன் பார்ப்பான் அல்லவா என்று மறுமொழி பகர்ந்தார் அந்த சிற்பி. இப்படி பல்வேறுபட்ட கருத்துக்கள் இவரது புத்தகத்தில் உள்ளது.

'பன்னூல் அறிஞர்' என இவர் போற்றப்பட்டார். தமிழ் இலக்கிய உலகில் தனித்துவம் வாய்ந்த ஒரு இடத்தைப் பிடித்தவரும் வாசிப்பையும் எழுத்தையும் இறுதிவரை உயிர்மூச்சாகக் கொண்டு வாழ்ந்தவருமான அப்துற் றஹீம் 1993ம் ஆண்டு 71வது வயதில் மறைந்தார்.

OOO

23

கவிக்கோ அப்துல் ரகுமான்

கவிக்கோ அப்துல் ரகுமான்

அரபி மொழியில் தோன்றி, பாரசீகத்திலும் உருதுவிலும் மலர்ந்து மணம் வீசும் கஜல் இலக்கியத்தைத் தமிழுக்கு அறிமுகம் செய்தது அப்துல் ரகுமான்தான். ஹைக்கூ கவிதைகளைத் தமிழுக்கு அறிமுகம் செய்ததும் கவிக்கோதான்.

1937, நவம்பர் *9*ம் தேதி மதுரையில், வைகை ஆற்றின் தென்கரையிலுள்ள கீழ்ச்சந்தைப்பேட்டையில் பிறந்தவர் அப்துல் ரகுமான். தந்தை சையத் அஹமத், புகழ்பெற்ற உருதுக் கவிஞர். மஹி என்ற பெயரில் பல படைப்புகளை வழங்கியவர். அம்மா பெயர் ஜைனத் பேகம்.

தமிழில் கவிதைக் குறியீடுகள் குறிந்து ஆராய்ந்து முனைவர் பட்டம் பெற்றவர். தமிழில் ஹைக்கூ, கஜல் ஆகிய பிறமொழி இலக்கியங்களை முனைந்ததிலும் பரப்பியதிலும் இவர் குறிப்பிடத்தக்கவர் ஆவார். மதுரை மண்ணின்

மைந்தர் கவிக்கோ என்று போற்றப்படும் கவிஞர் அப்துல் ரகுமான், மதுரையில் 1937ம் ஆண்டு நவம்பர் 9ஆம் தேதி பிறந்தார். உருதுக் கவிஞர் மஹி என்னும் சையத் அஹமத் ஜைனத் பேகம் இணையருக்கு மகனாகப் பிறந்தார். இவரது தந்தையும், தாத்தாவும் சிறந்த உருது கவிஞர்கள் என்பதால் இலக்கிய ஆர்வம் இயல்பாகவே இருந்தது.

தமிழ் பேராசிரியர் கல்லூரியில் தமிழை சிறப்புப் பாடமாக எடுத்துப் பயின்று, இலக்கண, இலக்கியங்களைக் கற்று, கவிதை எழுதத் துவங்கினார். வாணியம்பாடி இஸ்லாமியக் கல்லூரியில் தமிழ்ப் பேராசிரியராகப் பணிபுரிந்துள்ளார். தமிழ்நாடு வக்பு வாரியத் தலைவராக 2009 மே முதல் 2011 வரை பணியாற்றியுள்ளார்.

சிறு வயது முதலே கவிதைகள் எழுதுவதில் ஆர்வம் கொண்ட அப்துல் ரகுமான், தமிழ் மட்டுமல்லாமல் ஆங்கிலம், அரபி, உருது, பாரசீகம், இந்தி உள்ளிட்ட மொழிகளிலும் புலமை பெற்றிருந்தார். அறிவுமதி உள்ளிட்ட இளந்தலைமுறை கவிஞர்களுக்கு ஆசானாகவும் இவர் விளங்கினார்.

'எல்லாக் கலை வடிவங்களும் மக்களுக்கானதே' என்ற கொள்கையில் தீவிரம் கொண்டிருந்த கவிக்கோ, தமிழ்க் கவிதை வடிவத்தை வளப்படுத்திய 'வானம்பாடி' இயக்கத்தின் முன்னோடிகளில் ஒருவர். தமிழுக்கு அரிய பல இலக்கிய வடிவங்களை அறிமுகம் செய்தவர். வெறும் படைப்பாளியாக மட்டுமில்லாமல், அரசியலிலும், சமூக பிரச்னைகளிலும் தம் கவிதையோடு களத்தில் நின்றவர்.

சிறு வயதிலேயே வாசிப்புப் பழக்கம் அதிகம் கொண்டவர், தமிழார்வமும், திராவிட இயக்க ஈடுபாடும் அப்துல் ரகுமானை எழுத்து நோக்கி நகர்த்தியது. ஒன்பது வயதில்

"எழிலன்னை ஆட்சியடா! அது
எங்கெங்கும் காணுதடா!
பொழிலெங்கும் பாடுகிறாள் புதுப்
பூக்களில் புன்னகைத்தாள்
மாலை மதியத்திலும் அந்தி

மந்தார வானத்திலும்
சோலையின் தென்றலிலும் சுக
சோபனம் கூறுகிறாள்
மலைகளின் மோனத்திலே அந்த
வானவில் வண்ணத்திலே
அலைகளின் பாடலிலே அவள்
அருள் பொங்கி வழியுதடா!"

என்ற தனது முதல் கவிதையை எழுதினார் அப்துல் ரகுமான்.

மதுரை தியாகராசர் கல்லூரியில் முனைவர் மா. இராசமாணிக்கனார், ஔவை துரைசாமி, அ. கி.பரந்தாமனார், அ. மு. பரமசிவானந்தம் போன்ற பெரும் ஆளுமைகளிடம் பயின்ற அனுபவம் அவரின் சிந்தனையையும் எழுத்தையும் செம்மைப்படுத்தியது. புதுக்கவிதையின் நுட்பங்களில் ஒன்றான குறியீடுகள் பற்றி ஆய்வு செய்து முனைவர் பட்டம் பெற்றார்.

இன்டர்மீடியட் படித்துக்கொண்டிருந்தபோது, 'காதல் கொண்டேன்' என்ற தலைப்பில் அப்துல்ரகுமான் ஒரு கவிதை எழுதினார். அக்கவிதை ஆனந்த விகடன் இதழில் வெளிவந்தது. அவர் எழுதி அச்சாக்கம் பெற்ற முதல் கவிதை அதுதான்.

ஆங்கிலம், அரபி, உருது, பாரசீகம், இந்தி, சமஸ்கிருதம் உள்ளிட்ட மொழிகளிலும் புலமை பெற்றிருந்த அப்துல் ரகுமான், படிப்பு முடிந்ததும் தியாகராசர் கல்லூரி நிறுவனர் கருமுத்து தியாகராசர் நடத்திய 'தமிழ்நாடு' நாளிதழில் பிழை திருத்துனராகப் பணியில் சேர்ந்தார். பிறகு, வாணியம்பாடி இஸ்லாமியக் கல்லூரியில் இணைந்தார். 1961ல் சிற்றுரையாளராக பணியில் சேர்ந்த கவிக்கோ, படிப்படியாக உயர்ந்து, சுமார் 20 ஆண்டு காலம் தமிழ்த்துறைத் தலைவராகச் செயலாற்றினார்.

1964ல் கவிக்கோவின் முதல் கவிதைத்தொகுப்பு 'பால்வீதி' வெளியானது.

கவியரங்கக் கவிதை வாசிப்பை ஒரு நிகழ்த்துக் கலையாக உருமாற்றியவர் இவரே ஆவார். 'நேயர் விருப்பம்',

'ஆலாபனை', 'பித்தன்', 'பாலைநிலா', 'கண்ணீர் துளிகளுக்கு முகவரி இல்லை' உள்ளிட்ட கவிதைத் தொகுப்புகள் கவிக்கோவின் சிறந்த படைப்பாகும்.

'மின்மினிகளால் ஒரு கடிதம்' என்ற பெயரில் கஜல் கவிதைத் தொகுப்பு ஒன்றையும் வெளியிட்டுள்ளார்.

'பூப்படைந்த சப்தம்', 'தொலைப்பேசிக் கண்ணீர்', 'காற்று என் மனைவி', 'உறங்கும் அழகி', 'நெருப்பை அணைக்கும் நெருப்பு' உள்பட 17க்கும் மேற்பட்ட கட்டுரை நூல்களும் வெளிவந்துள்ளன. கவியரங்கக் கவிதைகளும் தொகுப்புகளாக வெளிவந்துள்ளன. 'ஆலாபனை' என்ற கவிதைத் தொகுப்புக்கு சாகித்ய அகாடமி விருது வழங்கப்பட்டது.

அப்துல்ரகுமான் ஜூனியர் விகடனில் எழுதிய 'சொந்தச் சிறைகள்', 'மரணம் முற்றுப்புள்ளி அல்ல', 'முட்டைவாசிகள்', 'அவளுக்கு நிலா என்று பெயர்', 'கரைகளே நதியாவதில்லை' போன்ற தொடர்கள் வாசகர்களின் பெரும் வரவேற்பைப் பெற்றவை.

கவிதை, கட்டுரைகளில் இயங்கிய அளவுக்கு கவிக்கோ நாவல், சிறுகதைகளில் இயங்கவில்லை. இதுகுறித்து கேட்கப்பட்ட ஒரு கேள்விக்கு, "கவிதையே கரைகாணமுடியாத கடல். அதில் மூழ்கி எடுக்க வேண்டிய முத்துக்களோ ஏராளம். எனவே நான் கவிதைகளில் முழுக்கவனம் செலுத்த விரும்புகிறேன். சிறுகதைகளையும் நாவல்களையும் நான் வெறுக்கவில்லை. ஆனால் மூன்றையும் எழுதுவது மூன்று மனைவிகளைக் கட்டிக்கொள்கிறவனின் நிலைமை ஆகிவிடும். அதனால்தான் சிறுகதையையும் நாவலையும் எழுதுவதைத் தவிர்க்கிறேன்.." என்று பதில் அளித்தார்.

அப்துல் ரகுமான் எழுதிய நான்கு சிறுகதைகள் ஆனந்த விகடனில் வெளிவந்திருக்கின்றன. 'ராட்சஸம்' என்ற சிறுகதை 14.3.1993 ஆனந்த விகடன் இதழில் வெளிவந்தது.

சாகித்ய அகாடமி விருது வென்ற கவிக்கோ அப்துல் ரகுமான், மகா கவிஞன், 2.6.2017 அதிகாலை 2 மணி அளவில் இயற்கையில் கலந்து விட்டார்.

OOO

24

இஸ்லாமியத் தமிழ்ப் பேரறிஞர் ம.மு.உவைஸ்!

"தேடுவாரற்று, நாடுவாரற்று, போற்றுவாரற்று ஒரு சிலரின் பழைய பெட்டகங்களிலும், வீட்டுப் பரண்களிலும் முடங்கிக் கிடந்த இஸ்லாமியத் தமிழ் நூல்களையும், ஏட்டுச் சுவடிகளையும் தேடிக் கண்டுபிடித்து, அவற்றைத் தமிழுலகுக்கு மீள அறிமுகம் செய்து, அவற்றுக்குப் புதுப்பொலிவும் புது வாழ்வும் வழங்கியவர்."

ம.மு.உவைஸ் "தமது ஆய்வுகள் மூலம் இரண்டாயிரத்துக்கும் மேற்பட்ட இஸ்லாமியத் தமிழ் நூல்களை உலகத்தார் பார்வைக்கு முன்வைத்து, இஸ்லாமியச் சமூகத்தைப் பீடித்திருந்த ஈன நிலையை முற்றாக அகற்றி, அவர்களுக்கு கண்ணியத்தையும், கௌரவத்தையும் கொடுத்தவர். அவர் ஆரம்பித்த காலத்தில் ஆரம்பிக்காதிருந்தால் இஸ்லாமியத் தமிழ் இலக்கியம் பெருந்தொகையான நூல்களை நிரந்தரமாக இழந்திருக்கும். உயர்வான ஓர் இலக்கியப் பாரம்பரியத்தை அழிவில் இருந்து பாதுகாத்து, அதனை இஸ்லாமியச் சமூகத்துக்கு வழங்கியவர்."

"புதைப் பொருளாக, குடத்து விளக்காகக் குன்றிப் பயனற்றுக் கிடந்த இஸ்லாமியத் தமிழ் இலக்கிய நூல்களை அகழ்ந்தெடுத்து ஆராய்ச்சி செய்து உலகுக்கு அளித்தவர்."

"இஸ்லாமியத் தமிழ் இலக்கியத்தின் செம்மையையும் செழுமையையும், வளத்தையும், வனப்பையும் உலகறியச் செய்தவர்."

மேற்கண்ட பணிகளை மேற்கொண்ட பெருமை பெற்றவர் இஸ்லாமியத் தமிழ்ப் பேரறிஞர் ம.மு. உவைஸ் ஆவார்.

ம.மு. உவைஸ் இலங்கையின் தலைநகரான கொழும்புக்கு அருகில் உள்ள பாணந்துறையில் உள்ள கொரக்கான என்னும் சிறிய கிராமத்தில் முகமது லெப்பை சைனம்பு நாச்சியார் வாழ்வினையருக்கு மகனாக 15.01.1922 ஆம் நாள் பிறந்தார்.

தமது தந்தையாரிடம் அரபு மொழிக் கல்வியையும், மார்க்கக் கல்வியையும் கற்றார். பின்னர், இன்று ஜீலான், முஸ்லிம் மகா வித்தியாலயம் என்று அழைக்கப்படும், அன்றைய ஹேனமுல்ல அரசினர் தமிழ்ப் பள்ளியில் தமிழ் வழியில் பயின்றார். சரிக்காமுல்லையில் தக்ஸலா வித்தியாலயம் என்னும் ஆங்கிலப் பாடசாலையில் கல்வி பயின்றார். அங்கு பயிலும் போது சிங்கள மொழியையும் பாலி மொழியையும் கற்றார்.

பாணந்துறையில் புனித யோவான் கல்லூரியில் சேர்ந்து பயின்றார். பின்னர், அதே கல்லூரியில் பல்கலைக்கழகப் புகுமுகப் படிப்பில் சேர்ந்து தமிழ், சிங்களம், வரலாறு, ஆட்சியியல் முதலிய பாடங்களைப் படித்து தேர்ச்சியடைந்தார்.

இலங்கைப் பல்கலைக் கழகத்தில் 1946 ஆம் ஆண்டு சேர்ந்தார். அங்கு தமிழ்த்துறைத் தலைவராக விளங்கிய பேராசிரியர், 'முத்தமிழ் வித்தகர்' தவத்திரு விபுலாநந்த அடிகளாரின் வழிகாட்டலும், ஊக்கமும் உவைசுக்குப் பேருதவியாக அமைந்தது. அடிகளாரின் வேண்டுகோளின்படி தமிழ் மொழியில் சிறப்புப் பட்டம் பெற வேண்டும் என்ற எண்ணம் கொண்டார்.

உவைசுக்கு பல்கலைக் கழக நிதி உதவியும், முஸ்லிம் கல்விச் சகாயநிதி உதவியும் கிடைத்தது. அதைக் கொண்டு தமது கல்வியைத் தொடர்ந்தார்.

"தமிழைப் பல்கலைக் கழகத்தில் ஒரு பாடமாகப் பயிலுவோர், பிறரால் இழிசனர் என்று இகழப்பட்டு வந்த காலத்திலே, தமிழைச் சிறப்புப் பாடமாகக் கற்றார் உவைஸ்."

தமிழில் கலைமாணிப் பட்டத்தை (இளங்கலை) 1949 ஆம் ஆண்டு பெற்றார். பின்னர் தமிழ் முதுமாணிப் பட்ட (முதுகலை) பாடத்தைப் படிக்கப் பதிவு செய்தார். தகுதித் தேர்வில் தேர்ச்சி பெற்றார். 'இஸ்லாமியரின் தமிழ்த் தொண்டு' என்னும் ஆய்வேட்டையும் சமர்ப்பித்தார்.

'தமிழ் இலக்கியத்துக்கு முஸ்லிம்களின் பங்களிப்பு' என்னும் தலைப்பில் முதுமாணிப் பட்டத்திற்குரிய (முது கலைப்பட்டம்) ஆய்வைச் சமர்ப்பித்து 1951 ஆம் ஆண்டு பட்டம் பெற்றார்.

தமது முதுகலைப் பட்ட ஆய்வில், இஸ்லாமிய இலக்கியங்களின் எண்ணிக்கை, அவற்றின் இலக்கியத் தரம், தமிழிலக்கியப் பரப்பிலும் வரலாற்றிலும் அவற்றிற்குரிய இடம், இஸ்லாமியத் தமிழ் இலக்கியப் பிரிவுகள், வடிவங்கள் அவற்றின் உள்ளடக்க விடயங்கள் என்று பல்வேறு அம்சங்களை அடக்கியிருந்தார். மேலும், அவரது ஆய்வுக் கட்டுரையில், இலக்கிய வடிவங்கள், உரைநடையாக்கங்கள் மற்றும் சூஃபி ஞானியாரும் அவர்களின் பாடல்களும், இஸ்லாமிய இறையியல் நூல்களும், ஒழுக்கவியல் நூல்களும் என்ற பிரிவுகள் குறித்து விரிவாக விளக்கியுள்ளார்.

இஸ்லாமியர்கள் தமிழிலக்கிய மரபிற்குப் புதிதாகத் தந்த படைப்போர், மஸ்அலா, முனாஜாத், நாமா, கிஸ்ஸா முதலிய புதிய இலக்கிய வடிவங்களை ஆராய்ந்துள்ளார். இஸ்லாமியத் தமிழ் இலக்கியங்களை மதிப்பீடு செய்திட, தமிழ் இலக்கியங்களுடன் ஒப்பிட்டு ஆய்வு மேற்கொண்டார்.

உவைஸ் தமிழகத்திற்கு வருகை தந்து சென்னைப் பல்கலைக் கழகத்தில் அரபு, பாரசீக, இஸ்லாமிய இயல் பேராசிரியர் டாக்டர் நயினார் முகமது அவர்களைச் சந்தித்து இஸ்லாமியத் தமிழ் இலக்கிய ஆய்வு குறித்து கலந்துரையாடினார். மேலும், கீழக்கரைக்குச் சென்று அஹமது ஆலிம் புலவரைச் சந்தித்து இஸ்லாமியத் தமிழ் இலக்கிய நூல்களைப் பற்றிய தகவல்களைப் பெற்றார்.

இலங்கை திரும்பிய பின்னர், கொழும்பிலும், அதன் சுற்றியுள்ள ஊர்களிலும் இருந்த இஸ்லாமிய புத்தகக் கடைகளுக்குச் சென்று தேடி, தமக்குத் தேவையான நூற்களின் பட்டியலைத் தயார் செய்து, இலங்கைப் பல்கலைக் கழகத்தில் அளித்து, அங்குள்ள நூலகத்திற்கு வாங்கச் செய்தார். அந்நூல்களைத் தமது ஆய்வுக்கும் பயன்படுத்திக் கொண்டார் உவைஸ்.

இலங்கைப் பல்கலைக் கழகத்தில் 1962 ஆம் ஆண்டு தமது முனைவர் பட்ட ஆய்வுக்காக, 'தமிழ் இலக்கியத்தில் இஸ்லாமியக் காப்பியங்கள்' என்னும் தலைப்பைப் பதிவு செய்தார். இவரது ஆய்வுக்கு நெறியாளராக விளங்கிய பேராசிரியர் கணபதிப் பிள்ளையின் திடீர் மறைவினால் ஆய்வு தற்காலிகமாக நின்றுவிட்டது. இலங்கைப் பல்கலைக் கழகத் தமிழ்த்துறைத் தலைவராக பேராசிரியர் சு. வித்தியானந்தன் நியமனம் செய்யப்பட்ட பின்பு 1971 ஆம் ஆண்டு தமது ஆய்வைத் தொடர்ந்து மேற்கொண்டு 1975 ஆம் ஆண்டு ஆய்வைச் சமர்ப்பித்து முனைவர் பட்டம் (கலாநிதி) பெற்றார். தமிழ்த்துறையில் முனைவர் (கலாநிதி) பட்டம் பெற்ற முதல் முஸ்லிம் என்ற பெருமையைப் பெற்றார்.

தமது முனைவர் பட்ட ஆய்வில் தண்டியலங்காரம் கூறும் காவிய இலக்கணங்களுக்கு ஏற்ப இயற்றப்பட்டுள்ள பன்னிரெண்டு இஸ்லாமியத் தமிழ்க் காப்பியங்களைத் தேர்ந்தெடுத்து அவற்றைத் தமிழ் வாசகர்களுக்கு அறிமுகப்படுத்தியுள்ளார்.

உவைஸ் இலங்கைப் பல்கலைக் கழகத்தில் பகுதி நேர விரிவுரையாளராகப் பணியாற்றினார். பின்னர் கொழும்பு சாஹிராக் கல்லூரியிலும், வித்தியோதயாப் பல்கலைக் கழகத்திலும் விரிவுரையாளராகப் பணியாற்றினார். நவீன கீழைத்தேய மொழித்துறையின் தலைவராகப் பணி புரிந்தார். இலங்கை சாகித்திய மண்டல உறுப்பினராகவும் செயற்பட்டார். மதுரை காமராசர் பல்கலைக் கழகத்தில் 1979 ஆம் ஆண்டு இஸ்லாமியத் தமிழ் இலக்கியத்துறையின் தலைவராகவும், பேராசிரியராகவும் தமிழக அரசால் நியமிக்கப்பட்டார்.

உவைஸ், இலங்கை மருதமுனையில் 1966 ஆம் ஆண்டு நடைபெற்ற இஸ்லாமியத் தமிழ் இலக்கிய விழாவில் கலந்து கொண்டு, 'முஸ்லிம் தமிழ் இலக்கிய மரபு' எனும் தலைப்பில் மிக ஆழமான ஆய்வுக் கட்டுரையினை வாசித்தளித்தார்.

சென்னையில் 1968 ஆம் ஆண்டு நடைபெற்ற இரண்டாவது உலகத் தமிழ் மாநாட்டில் கலந்து கொண்டு, அம்மாநாட்டில் நடைபெற்ற உலகத் தமிழ்க் கருத்தரங்கில் 'தமிழிலுள்ள முஸ்லிம் பிரபந்தங்கள்' எனும் தலைப்பில் ஆய்வுக் கட்டுரை வாசித்தார்.

திருச்சியில் 1973 ஆம் ஆண்டு நடைபெற்ற அனைத்துலக இஸ்லாமியத் தமிழ் இலக்கிய மாநாட்டில் கலந்து கொண்டு, 'இஸ்லாமிய அடிப்படையில் தோன்றிய தமிழ்க் காப்பியங்கள்' என்ற தலைப்பிலும், 'திருக்குர்ஆனும் முஸ்லிம்களின் தமிழ்ப் பேச்சு வழக்கும் இலக்கிய வழக்கும்' என்ற தலைப்பிலும் சிறந்த இரண்டு ஆய்வுக் கட்டுரைகளை அளித்தார்.

சென்னையில் 1974 ஆம் ஆண்டு நடைபெற்ற இரண்டாவது அனைத்துலக இஸ்லாமியத் தமிழ் இலக்கிய மாநாட்டில் கலந்து கொண்டு, 'ஈழத்து முஸ்லிம்களின் பேச்சு வழக்கில் பயன்படுத்தப்படும் செந்தமிழ்ச் சொற்கள்' என்ற ஆய்வுக் கட்டுரையை அளித்தார்.

சென்னையில் 1976 ஆம் ஆண்டு நடைபெற்ற சீறாப்புராணக் கருத்தரங்கில் கலந்து கொண்டு, 'சீறாவில்

வரலாற்றுக் குறிப்புகள்', சீறாவில் அரபு, பாரசீகச் சொற்கள்' என்ற தலைப்பில் ஆழமான ஆய்வுக் கட்டுரை அளித்து உரையாற்றினார்.

காயற்பட்டிணத்தில் 1978 ஆம் ஆண்டு நடைபெற்ற மூன்றாவது அனைத்துலக இஸ்லாமியத் தமிழ் இலக்கிய மாநாட்டில் கலந்து கொண்டு ' முஸ்லிம் தமிழ்க் காப்பியங்கள் – புலவரும் புரவலரும்' 'காயற்பட்டிணம் வளர்த்த தீன் தமிழும் தீந்தமிழும்' என இரண்டு தரமிக்க ஆய்வுக் கட்டுரைகளை வாசித்தளித்தார்.

இலங்கைத் தலைநகர் கொழும்பில் 1979 ஆம் ஆண்டு ஜுன் மாதம் நடைபெற்ற நான்காவது அனைத்துலக இஸ்லாமியத் தமிழிலக்கிய மாநாட்டை மிகச் சிறப்பாக நடத்தினார் உவைஸ்.

கீழக்கரையில் 1990 ஆம் ஆண்டு நடைபெற்ற ஐந்தாவது அனைத்துலக இஸ்லாமியத் தமிழ் இலக்கிய மாநாட்டில் காப்பியக் கருத்தரங்கிற்குத் தலைமையேற்று, 'பதினைந்து ஆண்டுகளில் ஒன்பது காப்பியங்கள்' என்ற தலைப்பில் ஆய்வுரை நிகழ்த்தினார்.

நீடுரில் 1994 ஆம் ஆண்டு நடைபெற்ற ஆறாவது அனைத்துலக இஸ்லாமியத் தமிழிலக்கிய மாநாட்டிலும் உவைஸ் கலந்து கொண்டு ஆய்வுரையாற்றினார்.

ஒரு மொழியின் இலக்கிய வளர்ச்சிக்கும், அவ்விலக்கியம் தொடர்பான மாநாடுகள் ஆற்றும் உதவிகளின் தன்மையை, 'மருதை முதல் வருதை வரை' எனும் தனது நூலில் பின்வருமாறு விளக்கியுள்ளார் உவைஸ்.

"ஓர் இலக்கியம் வளர அது பரப்பப்பட வேண்டும். அது பற்றி ஆய்வுகள் நடத்தப்படல் வேண்டும். அடிக்கடி இலக்கிய உரையாடலுக்கு இலக்காக்கப்படல் இன்றியமையாதது, பழைய கருத்துக்கள் கவனமாக அலசி ஆராய்தல் நிகழ்த்தப்படின், அது புது மெருகூட்டப்படும். புதுக்கருத்துக்கள் புகுத்தப்படின் புதுப் பொலிவு பெறும். அதனைப் பயிலும் மக்களின் உள்ளங்களில் அது பதிந்துவிடும். அது அழிந்திடாது வாழும். வளம் பெற்று வளர்ச்சி அடையும்."

காயற்பட்டினத்தில் 1978 ஆம் ஆண்டு நடைபெற்ற மூன்றாவது அனைத்துலக இஸ்லாமியத் தமிழ் இலக்கிய மாநாட்டில், 'காயற்பட்டினம் வளர்த்த தீன் தமிழும் தீந்தமிழும்' என்ற ஆய்வுக் கட்டுரையில் பேராசிரியர் உவைஸ்.

"தமிழிலக்கியப் பரப்பிலே ஒன்றுக்கு மேற்பட்ட காப்பியங்களை இயற்றிய புலவர்களைக் காண்பது அரிதிலும் அரிது. ஆனால், தீன் தமிழ் இலக்கியத்திலே ஒன்றுக்கு மேற்பட்ட காப்பியங்களை இயற்றிய புலவர்கள் உள்ளனர். காப்பியங்கள் இரண்டை இயற்றித் தீன் தமிழுக்கு அழகு செய்தவர் நாகூர் குலாம் காதிறு நாவலர். மூன்று காப்பியங்களை யாத்துத் தீன் தமிழுக்கு மெருகு அளிப்பவர் மதுரை மீசல் வண்ணக் களஞ்சியப் புலவர். ஆனால், நான்கு காப்பியங்களை இயற்றித் தீன் தமிழுக்கும் தமிழ் பேசும் நல்லுலகுக்கும் காயற்பட்டினத்துக்கும் பெருமையைத் தேடித் தந்தவர் புலவர் நாயகம் என்றும் சேகுனாப் புலவர் என்றும் புகழ்ப் பெயரைப் பெற்றுள்ள அப்துல் காதிறு நயினார் லெப்பை ஆலிம் புலவர். ஒரே மொழியில் ஒரு புலவர் நான்கு காப்பியங்களைப் பாடியுள்ளமையை வேறு எந்த மொழியிலும் காண முடியாது" என முழங்கினார்.

"தமிழ் எங்கள் மொழியாக இருப்பின் அவ்விரண்டிலும் ஏற்பட்ட இலக்கியம் விழியாக அமைதல் வேண்டும்" என்ற தாரக மந்திரத்தை இவ்வாறு மாற்றியமைக்கலாம். "இஸ்லாம் எங்கள் வழி, தமிழ் எங்கள் மொழி, இலக்கியம் எங்கள் விழி" இங்ஙனம் பார்க்கும் போது எங்கள் வழி செம்மையானது எங்கள் மொழி பண்பட்டது. எங்கள் இலக்கியம் கூர்மையானது. எங்களுக்கு வழியாகவும் மொழியாகவும் விழியாகவும் அமைந்துள்ள இஸ்லாமியத் தமிழ் இலக்கியத்தின் செம்மையும் பண்பாடும் கூர்மையும் பேணிப் பாதுகாக்கப்படல் வேண்டும். போற்றப்படுதல் இன்றியமையாதது. கண்காணித்தல் அவசியம். வழி போற்றப்பட்டு மொழி பேணப்பட்டு விழி பாதுகாக்கப்பட்டு இருப்பது போன்று இஸ்லாமியத் தமிழ் இலக்கியம்

சிதைவுறாது உரிய முறையில் கட்டிக்காக்கப்படுதல் வேண்டும்." என 'மருதை முதல் வருதை வரை' என்னும் நூலில் பேராசிரியர் உவைஸ் பதிவு செய்துள்ளார்.

சென்னையில் 1968 ஆம் ஆண்டு நடைபெற்ற இரண்டாவது உலகத் தமிழ் மாநாட்டையொட்டி தமிழக அரசு ஏற்பாடு செய்திருந்த சுற்றுலாவில் கலந்து கொண்டார். இச்சுற்றுலாவைப் பற்றி உவைஸ் எழுதிய, 'நெஞ்சில் நிலைத்த சுற்றுலா' எனும் நூல் பயண இலக்கியமாகப் போற்றப்படுகிறது.

அந்நூலில் தமிழ்நாட்டுத் திருத்தலங்களையும், கோயில்களைப் பற்றியும், இந்து மதம் தொடர்பான புராணச் செய்திகளைப் பற்றியும், தமிழக மக்களின் கலாச்சார, பண்பாடுகளைப் பற்றியும் மிகத் தெளிவாக விளக்கியுள்ளார்.

சிதம்பரம், திருவாரூர், காஞ்சி, தஞ்சாவூர், கோவை, மதுரை, திருநெல்வேலி, குமரி, திருவரங்கம், திருச்சிராப்பள்ளி முதலிய நகரங்களைப் பற்றியும், அந்நகரங்களுக்கு வளமும் வனப்பும் வழங்கும் கோவில்களைப் பற்றியும், அப்பிரதேசங்களில் வாழும் மக்களின் சமய, பொருளாதார, பண்பாட்டுப் பின்னணிகளைப் பற்றியும் பயனளிக்கும் கட்டுரைகளை வரைந்துள்ளார். மேலும், தமிழகக் கிராமியக் கலை, இலக்கியம் ஆகிய இரண்டுடனும் பிரிக்க முடியாதபடி ஒன்றிய கிராமிய நடனங்களான கரகாட்டம், புரவி நடனம், காவடி, ஒயிலாட்டம், பொம்மலாட்டம், மயிலாட்டம் போன்றவைகளைப் பற்றியும், தமிழக வீர விளையாட்டான மஞ்சு விரட்டைப் பற்றியும், தமிழகச் சிற்பக் கலைஞர்களின் பேராற்றல்களை வெளிப்படுத்தும் இசைத் தூண்களைப் பற்றியும் சிறப்பாகக் குறிப்பிட்டுள்ளார்.

தமிழ்ப் பேரறிஞர் உவைஸ் இஸ்லாமியத் தமிழிலக்கியத்திற்கு ஆற்றியுள்ள மிகப்பெரிய தொண்டாகக் கருதக் கூடியது, தமிழக அறிஞர் டாக்டர் அஜ்மல் கானுடன் இணைந்து மதுரைக் காமராசர் பல்கலைக் கழகத்தின் சார்பாக எழுதிய 'இஸ்லாமியத் தமிழிலக்கிய வரலாறு' ஆகும். இந்த வரலாறு ஆறு தொகுதிகளைக் கொண்டது.

முதல் தொகுதியில் கி.பி. 1700 ஆம் ஆண்டு வரையிலான தொடக்கக் கால இஸ்லாமியத் தமிழ் இலக்கியங்கள் ஆராயப்பட்டுள்ளன. இத்தொகுதியில் இஸ்லாமிய நூல்களான பல்சந்தமாலை, யாகோபு சித்தர் பாடல்கள், ஆயிரம் மசாலா, மிகுராசு மாலை, திருநெறிநீதம், கனகாபிஷேக மாலை, சக்கூன் படைப்போர், முதுமொழி மாலை, சீறாப்புராணம், திருமக்காப் பள்ளு போன்றவற்றைப் பற்றி ஆராயப்பட்டுள்ளது.

இரண்டாவது தொகுதியில் இஸ்லாமிய அடிப்படையில் எழுந்த காப்பியங்களைக் கருப்பொருளாகக் கொண்டு அமைந்துள்ள சீறாப்புராணம், திருமணக் காட்சி, பனி அகமது, சின்ன சீறா, திருக்காரணப் புராணம், குத்பு நாயகம், திருமணிமாலை, புதுகுஷ்ஷாம், இராஜநாயகம், தீன் விளக்கம், இறவுசுல்கூல் படைப்போர், நவமணிமாலை, முகியத்தீன் புராணம், நாகூர்ப்புராணம், ஆரிபு நாயகம் முதலியவைகள் அலசி ஆராயப்பட்டுள்ளன.

மூன்றாவது தொகுதியில் வேதபுராணம், பொன்னரிய மாலை, மூஸாநபி புராணம், யூசுபு நபி காவியம், புத்தாகுல்துநூப், முகாஷா மாலை, சாதுலி நாயகம் முதலிய இஸ்லாமியக் குறுங்காப்பியங்கள் ஆராய்ந்து விளக்கப்பட்டுள்ளது. மேலும், இஸ்லாமிய அடிப்படையில் தமிழில் தோன்றியுள்ள படைப்போர், முனாஜாத்து, கிஸ்ஸா, மசாலா, நாமா, கலம்பகம், அந்தாதி, ஆற்றுப்படை, கோவை, மாலை, சதகம், திருப்புகழ், கீர்த்தனை, கும்மி, சிந்து, தாலாட்டு, ஏசல், குறவஞ்சி, பிள்ளைத் தமிழ் போன்ற பிரபந்த இலக்கியங்களை மிக விரிவாக அறிமுகப்படுத்துகிறது.

நான்காவது தொகுதியில் சூபித்துவ அடிப்படையில் தோன்றிய இஸ்லாமிய ஞானப்பாடல்களையும், அவற்றைப் பாடி அருளிய ஞானிகளைப் பற்றியும் வெகு விரிவாக ஆராய்கிறது.

"தமிழ் நாட்டுக்கோ அல்லது வேறு எந்தப் பிரதேசத்துக்கோ சூபித்துவம் எடுத்துச் செல்லப்படும் பொழுது, எடுத்துச் செல்லப்பட்ட அந்த நாட்டின் மண்வாசனை சூபித்துவத்தில்

ஓரளவு கலப்பதை இயல்பானது என்றே கொள்ள வேண்டும். அந்த மண்வாசனை அந்த சூபி பாக்களின் இலக்கியங்களில் கமழ்வதைக் காணலாம். சில சமயங்களில் அது வெளிப்படையான மண் வாசனையாக இருப்பதே அன்றி உள்ளூற மண்வாசனையாக அமைந்து விடுவதில்லை. ஆழமான ஆராய்ச்சியினாலேயே அத்தகைய வேறுபாட்டை அறியக் கூடியதாக இருக்கும்" என சூபித்துவத்தின் மண்வாசனை குறித்து விளக்கியுள்ளார் பேராசிரியர் உவைஸ்.

இஸ்லாமியத் தமிழிலக்கியத் திறனாய்வுப் பணிக்குச் சிகரமாக அமைந்துள்ள பணி பேராசிரியர் உவைஸின் 'இஸ்லாமியத் தமிழிலக்கிய வரலாற்றின்' உருவாக்கமே ஆகும்.

"முஸ்லீம் புலவர் பெருமக்களின் தமிழ்ப் பற்றினையும், தமிழ்த் தொண்டினையும் அறிந்து கொள்வதோடு மட்டுமின்றி, இஸ்லாமியத் தமிழிலக்கியத்தின் பரப்பையும், வீச்சையும் அறிந்து கொள்ளப் பெரிதும் துணை செய்வது இந்நூல்" என மதுரை காமராசர் பல்கலைக் கழகத் துணைவேந்தர் டாக்டர் குத்தாலிங்கம் தமது அணிந்துரையில் புகழ்ந்துரைத்துள்ளார்.

பேராசிரியர் உவைஸின் இலக்கியப் பணிகளில் மிகவும் போற்றத்தக்கப் பணி, பிற சமய சமுதாய நண்பர்களும் இஸ்லாமிய இலக்கியங்களைப் புரிந்து கொள்ளும் வகையில் அரபுச் சொற்களுக்கு விளக்கந்தரும் அகராதி ஒன்றினைத் தொகுத்து வெளியிட்டிருப்பதாகும்.

"இஸ்லாமியத் தமிழ் இலக்கியங்கள் தமிழ்ச் சொற்களோடு அரபுச் சொற்களும் ஆங்காங்கே கலந்தே படைக்கப்பட்டிருக்கின்றன. இது தவிர்க்க முடியாத ஒன்று. தமிழுக்குப் புதிய படைப்புமாகும். இவ்வாறு படைக்கப்பட்ட இலக்கியங்களை முஸ்லிம்கள் புரிந்து கொள்ள முடியும். மற்றவர்கள் புரிந்து கொள்ள முடியாது. எனவே இந்நிலை அகல வேண்டும் என்ற உயர்ந்த நோக்கில் ஒரு வழிகாட்டி நூல் போல எந்தெந்தக் கவிதை

வரிகளுக்கிடையே என்னென்ன அரபுச் சொற்கள் கலந்து இருக்கின்றன, அவற்றுக்கான பொருள் என்ன என்ற விவர அட்டவணையாக அரபுச் சொற்பொருள் விளக்க அகராதியை வரிசைப்படுத்தி அனைவரும் புரிந்து, தெரிந்து இஸ்லாமிய இலக்கிய நயங்களைத் தெரிந்து கொள்ளும் வாய்ப்பினைத் தந்தவர் பேராசிரியர் ம.மு. உவைஸ்" எனத் தமிழக இலக்கிய ஆர்வலர் எஸ்.எம். ஹிதாயத்துல்லா புகழந்துரைத்துள்ளார்.

மேலும், இத்தகைய அகராதியை இயற்றுவதற்கு இஸ்லாமியத் தமிழிலக்கிய நூல்களில் பெரும் பாண்டித்யம் இருக்க வேண்டும், அரபு மொழி, அரபு வரலாறு, அராபிய வரலாறு போன்றவற்றில் நிறைந்த அறிவு பெற்றிருக்க வேண்டும். அசாத்திய பொறுமை இருக்க வேண்டும், அளவற்ற ஈடுபாடு இருக்க வேண்டும். இத்தகுதிகள் உடையவராக விளங்கியவர் பேராசிரியர் ம.மு. உவைஸ்.

பேராசிரியர் ம.மு. உவைஸ் எழுதி வெளியிட்ட நூல்கள் :

தமிழ் இலக்கியத்திற்கு முஸ்லிம்களின் பங்கு (ஆங்கிலம்), இஸ்லாமியத் தென்றல், நம்பிக்கை, ஞானச் செல்வர் குணங்குடியார், நீதியும் நியாயமும், இஸ்லாமிய இலக்கியத்தின் திருச்சித் திருப்பம், இஸ்லாமும் இன்பத் தமிழும், இஸ்லாமியத் தமிழ் இலக்கிய மரபு, தமிழிலுள்ள முஸ்லிம் பிரபந்தங்கள், தமிழ் இலக்கியத்தில் முஸ்லிம் காப்பியங்கள், மக்காப் பயணம், நெஞ்சில் நிலைத்த சுற்றுலா, புலவரும் புரவலரும், நம்பிக்கையும் நடைமுறையும், தமிழ் இலக்கிய அரபுச் சொல்லகராதி, காயல்பட்டினம் வளர்த்த தீன்தமிழும் தீந்தமிழும், இஸ்லாம் வளர்ந்த தமிழ், மருதை முதல் வருதை வரை, வழியும் மொழியும், முஸ்லிம்கள் தமிழுக்கு ஆற்றிய தொண்டு, உமறுப்புலவர் ஓர் ஆலிமா?, இஸ்லாமியத் தமிழிலக்கிய வரலாறு (ஆறு தொகுதிகள்), இஸ்லாமியத் தமிழிலக்கிய நூல் விவரக் கோவை உட்பட 50 நூல்களை எழுதியுள்ளார்.

பேராசிரியர் ம.மு. உவைஸ் பதிப்பித்த நூல்கள் :

பிறைக் கொழுந்து, பிறைப்பூக்கள், பிறைத்தேன், புதுக்குஷ்ஷாம் (நான்கு பாகங்கள்), ஆசாரக்கோவை (மூலம்), அலங்காரக் கீர்த்தனம், புகழ்ப்பாவணி (மூலம்), திருமக்காக் கோவை (மூலம்), ராஜநாயகம் (மூலம்), மதுரைத் தமிழ்ச் சங்கத்துப் புலவராற்றுப்படை (மூலம்), குத்பு நாயகம் (மூலம்) உட்பட 17 நூல்களைப் பதிப்பித்துள்ளார்.

பேராசிரியர் ம.மு. உவைஸ் மொழிபெயர்ப்பு செய்த நூல்கள் :

நபிநாயக சரிதை (மூலம்), இலங்கைப் பொருளாதார முறை (மூலம்), பொருளியற் பாகுபாடு, பிரித்தானிய யாப்பு முறை, கிராமப் பிறழ்வு உட்பட 12 நூல்களை தமிழிலிருந்து சிங்களத்திற்கும், சிங்களத்திலிருந்து தமிழுக்கும், ஆங்கிலத்திலிருந்து சிங்களத்திற்கும் மொழிபெயர்த்து அளித்துள்ளார். 'அருள்மொழி வெண்பா', 'அருள் மொழி அகவல்' 'நம்பிக்கையும் நடைமுறையும்' ஆகியவை இவரது கவிதை நூல்களாகும்.

உவைசின் மனைவி சித்தி பாத்தும்மா ஆவார். அவர் இவரது இலக்கியப் பணிகளுக்கும், ஆய்வுப் பணிகளுக்கும் மிகுந்த ஆதரவு நல்கி, உறுதுணையாக விளங்கினார்.

சென்னை அடையாறில் இயங்கிய ஆயுள் ஐஸ்வரிய ஆரோக்கிய ஆச்சிரமம் என்னும் நிறுவனத்தின் சார்பில் அன்றைய தமிழ்நாடு சட்டமன்ற சபாநாயகர் எஸ். செல்லப் பாண்டியன் தலைமையில் விழா நடத்தி 'பண்டிதரத்னம' என்ற பட்டம் பேராசிரியர் உவைசுக்கு வழங்கி சிறப்பிக்கப்பட்டது.

1976 ஆம் ஆண்டு மே மாதம் 19 ஆம் தேதி கொழும்பு நகரில் ஸாகிராக் கல்லூரியில் பேராசிரியர் உவைசுக்கு பாராட்டு விழா நடத்தி 'இஸ்லாமிய இலக்கிய மணி' எனும் பட்டம் வழங்கிச் சிறப்பிக்கப்பட்டது. 1976 ஆம் ஆண்டு ஆகஸ்ட் மாதத்தில் சென்னையில் நடைபெற்ற இஸ்லாமியத் தமிழ் இலக்கிய விழாவில் உவைசுக்கு 'தீன் தமிழ்க் காவலர்'

எனும் பட்டம் வழங்கப்பட்டது. 1976 ஆம் ஆண்டு ஆகஸ்ட் மாதம் சென்னையில் கலைமாமணி கா.மு. ஷெரிப் தலைமையில் இயங்கிய முஸ்லிம் தமிழ்க் கவிஞர் மன்றம் டாக்டர் உவைசுக்கு 'இலக்கியச் சித்தர்' என்ற பட்டம் வழங்கிச் சிறப்பித்தது.

இலங்கை அரசின் இந்து கலாச்சார அமைச்சினால் 'கலைமாமணி' எனும் பட்டம் உவைசுக்கு வழங்கப்பட்டது. 1991 ஆம் ஆண்டு இலங்கை கண்டியில் நடைபெற்ற தமிழ் சாகித்திய விழாவில் டாக்டர் உவைசுக்கு 'இலக்கியச் செம்மல்' பட்டம் வழங்கப்பட்டது. 1992 ஆம் ஆண்டு இலங்கை அரசு உவைசுக்கு 'கலாசூரி' எனும் உயர் தேசிய விருது வழங்கி கண்ணியப்படுத்தியது. உவைஸ் எழுதிய 'இஸ்லாமும் இன்பத் தமிழும்' எனும் நூலுக்கு 1976 ஆம் ஆண்டுக்கான மொழி இலக்கியம் பற்றிய ஆராய்ச்சி நூல்களுக்கான முதலாவது பரிசை தமிழக அரசு வழங்கிச் சிறப்பித்தது.

தமிழ், தமிழ்ப் பண்பாடு பற்றி பிற மொழிகளில் 1976 ஆம் ஆண்டில் வெளியான நூல்களுக்கான இரண்டாவது பரிசை தமிழக அரசு பேராசிரியர் உவைஸ் முனைவர் பட்ட ஆய்விற்காக ஆங்கிலத்தில் எழுதிய 'இஸ்லாமியக் காப்பியங்கள்' குறித்த நூலுக்கு வழங்கியது. "டாக்டர் உவைஸ் தமிழ், ஆங்கிலம், சிங்களம் ஆகிய மொழிகளைத் தவிர அரபு, பாலி எனும் மொழிகளையும் தெரிந்தவராதலின் அவருடைய இஸ்லாமியத் தமிழ் இலக்கிய நூல்கள் பட்டை தீட்டப் பெற்ற வைரங்களைப் போல ஜொலிப்பதைக் காண முடிகிறது" என சென்னை உயர்நீதிமன்ற முன்னாள் தலைமை நீதியரசர் மு.மு. இஸ்மாயில் பாராட்டி உள்ளார்.

பேராசிரியர் உவைஸின் பிரதான சாதனை இஸ்லாமியத் தமிழிலக்கிய மீட்புப் பணியாகும். "தமிழுக்குள் இஸ்லாமியத்தின் இடம் பற்றிய வற்புறுத்துகை" தமிழைத் தாய்மொழியாகக் கொண்ட இஸ்லாமியச் சமூகத்துக்கு முக்கியமான தொன்றாகும்" முதலாவது, "இலை மறையாக இருந்த இஸ்லாமியத் தமிழிலக்கியங்களின் பால் தமிழிலக்கியகாரர்களினதும் தமிழ் ஆய்வாளர்களினதும்

கவனத்தை ஈர்த்து, அந்த இலக்கியப் பரப்பு பற்றிய பிரக்ஞையை முனைப்புப் படுத்தியமையாகும்." இரண்டாவது, "தமிழ் எனும் மொழிப் பண்பாட்டுப் பரப்பினுள் இஸ்லாமியப் பண்பாட்டின் இடம் வற்புறுத்தப்பட்டமையாகும்". இந்த வகையில் பேராசிரியர் ம.மு. உவைஸ் தமிழிலக்கிய வரலாற்றின் மைல் கல்லாகிறார்" எனப் பேராசிரியர் கார்த்திகேசு சிவத்தம்பி பதிவு செய்துள்ளார்.

"இஸ்லாமியத் தமிழ் இலக்கியத்தினை முஸ்லிம்களுக்கும் மற்றவர்களுக்கும் அறிமுகப்படுத்துவதையே தன் வாழ்வுப் பணியாகக் கொண்டு உழைத்தவர் பேராசிரியர் உவைஸ்" எனப் புகழாரம் சூட்டியுள்ளார் இலங்கை எழுத்தாளர் ஏ.ஏ.எம் புவாஜி.

"உவைசார் அவரோர் உலவும் நூல் நிலையம்
சுவைசார் செந்தமிழ் நீர்ப்பரப்பில்
இஸ்லாம் மலர்த்திய இலக்கியப் பூக்களின்
கொங்கு தேர் வாழ்க்கை கொண்ட வண்டு
தமிழகத்தோடு தனிப் புகழ் ஈழத்
தீவை இணைக்கும் தீந்தமிழ்ப் பாலம்".

எனக் கவிக்கோ அப்துல் ரகுமான் பாராட்டுக் கவிதை அளித்துள்ளார்.

"சாகவிருந்த தமிழ் இலக்கியங்கள்
பலவற்றிற்கு
உயிர் அளித்தவர்
உ.வே.சா!

ஒருவருக்கும் தெரியாதிருந்த
இஸ்லாமியத் தமிழ் இலக்கியங்களை
ஊரறியச் செய்தவர்
உவைஸா!!"

எனத் தமிழறிஞர் எம்.ஆர். எம். முஸ்தபா புகழ்ந்து பாடியுள்ளார்.

தமிழ் இலக்கியத்தின் பால் உலகின் கவனத்தைத் திருப்பிய பேரறிஞர் மன்ற மேடைகளிலே, மாநாட்டரங்கங்களிலே

சொற்பொழிவுகளாற்றி, ஆய்வுக் கட்டுரைகள் படித்து, முஸ்லிம் மக்களைப் பிரேமை கொள்ள வைத்தவர். ஆக்கமும், ஊக்கமும் அளித்து ஏராளமான எழுத்தாளர்களை உருவாக்கிய எழுத்துலக வேந்தர். தன் அறிவினால், தன் அடக்கத்தினால் தன் அன்பினால் அறிஞர் உலகை ஆட்கொண்ட பேரறிஞர் உவைஸ்! பேராசிரியர் உவைஸ் 1996 ஆம் ஆண்டு மார்ச் மாதம் 25 ஆம் நாள் மறைந்தார்.

"தேடுவாரற்று, நாடுவாரற்று, போற்றுவாரற்று ஒரு சிலரின் பழைய பெட்டகங்களிலும், வீட்டுப் பரண்களிலும் முடங்கிக் கிடந்த இஸ்லாமியத் தமிழ் நூல்களையும், ஏட்டுச் சுவடிகளையும் தேடிக் கண்டுபிடித்து, அவற்றைத் தமிழுலகுக்கு மீள அறிமுகம் செய்து, அவற்றுக்குப் புதுப்பொலிவும் புது வாழ்வும் வழங்கியவர்." "தமது ஆய்வுகள் மூலம் இரண்டாயிரத்துக்கும் மேற்பட்ட இஸ்லாமியத் தமிழ் நூல்களை உலகத்தார் பார்வைக்கு முன்வைத்து, இஸ்லாமியச் சமூகத்தைப் பீடித்திருந்த ஈன நிலையை முற்றாக அகற்றி, அவர்களுக்குக் கண்ணியத்தையும், கௌரவத்தையும் கொடுத்தவர். அவர் ஆரம்பித்த காலத்தில் ஆரம்பிக்காதிருந்தால் இஸ்லாமியத் தமிழ் இலக்கியம் பெருந்தொகையான நூல்களை நிரந்தரமாக இழந்திருக்கும்.

உயர்வான ஓர் இலக்கியப் பாரம்பரியத்தை அழிவில் இருந்து பாதுகாத்து, அதனை இஸ்லாமியச் சமூகத்துக்கு வழங்கியவர்." "புதைப் பொருளாக, குடத்து விளக்காகக் குன்றிப் பயனற்றுக் கிடந்த இஸ்லாமியத் தமிழ் இலக்கிய நூல்களை அகழ்ந்தெடுத்து ஆராய்ச்சி செய்து உலகுக்கு அளித்தவர்." "இஸ்லாமியத் தமிழ் இலக்கியத்தின் செம்மையையும் செழுமையையும், வளத்தையும், வனப்பையும் உலகறியச் செய்தவர்." மேற்கண்ட பணிகளை மேற்கொண்ட பெருமை பெற்றவர் இஸ்லாமியத் தமிழ்ப் பேரறிஞர் ம.மு. உவைஸ் ஆவார்.

○○○

25

இசைத் தமிழை இசைத்து வளர்க்கும் இசுலாமியர்கள்

சோட்டுமியான் சாகிபு

இவர் புதுக்கோட்டை அரசர் அவைக்களத்தின் இசைப் புலவராகவும் நாகூர் தர்கா வித்துவானாகவும் விளங்கினார். இந்துத்தானி இசையில் பெரும்புலவர். காசியிலிருந்து தென்னாடு வந்து தமிழிசை கற்றவர். இவர் காலத்தில் ஆர்மோனியம் என்ற மேனாட்டு இசைக் கருவியைக் கருநாடக இசையரங்குகளில் பக்கக் கருவியாக வாசிக்கும் பழக்கம் ஏற்பட்டது.

தர்பார் கானடா என்ற இராகத்தைப் பாடுவதில் இவர் இணையற்று விளங்கினார். அதனால் 'தர்பார் கானாடா சோட்டுமியான்' என்று இவரை அழைப்பார்கள். மிகப் பெரிய இசைவாணர் என்பதால் உஸ்தாத் சோட்டுமியான் என்றும் இவரை அழைப்பார்கள்.

நன்னுமியான் சாகிபு

சோட்டுமியானின் உடன்பிறந்த தம்பி இவர். மாபெரும் டோலக் கலைஞர். அதனால் இவர் 'டோலக்கு நன்னுமியான்' என்று அழைக்கப்பட்டார்.

தாளக் கருவியில் நிகரற்று விளங்கியதால், மத்தளத்தில் கலைத் தெய்வம் நந்தீசுவரனைப் போன்றவர் என்ற பொருளில் இவரை 'நந்தீசுவர நன்னுமியான்' என்று அழைப்பார்கள். இவர்க்கு இசையாசிரியர் தன் அண்ணன்

சோட்டுமியானே. உருப்படிகளையே தோல் கருவிகளில் வாசிக்கும் திறன் பெற்றிருந்தார்.

பன்னிரண்டு சுரத்தானங்களுக்கும் பன்னிரண்டு கற்களை வரிசையாக வைத்து சலதரங்கம்போல் ஒருமுறை இவர் வாசித்தாராம். இது புதுக்கோட்டை அரசரை அப்படியே இருக்கையிலிருந்து தூக்கி எறிந்து விட்டதாம்! கவுசுமியான் சாகிபு இவர் சோட்டுமியான் சாகிபின் மகன். இவரும் 'உஸ்தாத் கவுசுமியான்' என்றழைக்கப்பட்டார். பெரிய இசைவாணராகவும் நாகூர்த் தர்கா வித்துவானாகவும் விளங்கினார். வாய்ப்பாட்டுப்போல் ஆர்மோனியத்திலும் நிகரற்றவர். ஆர்மோனியத்தைக் கற்றுக்கொண்டு முதன் முதலாக அதைக் கருநாடக இசையரங்கில் அறிமுகப் படுத்தியவர் இவரே. சோட்டுமியான் இசையரங்கில் இவர் ஆர்மோனியத்தைப் பக்கக் கருவியாக வாசித்தார். 'கமகம் இல்லாத வாத்தியம்; நிறுத்திவிடு' என்று தன் மைந்தனிடம் சொன்னாராம் சோட்டுமியான். அதன் பிறகு அதைக் கமகத்துடன் வாசிக்கப் பழகிக் கொண்டாராம்.

தாவுதுமியான் சாகிபு

இவர் சோட்டுமியானின் பேரரும் கவுசுமியானின் அண்ணன் மகனுமாவார். இவரும் உஸ்தாத் என்று மதிப்புடன் அழைக்கட்டு நாகூர் தர்கா புலவராக விளங்கிப் புகழ் பெற்றிருந்தார். சிறந்த பாடகர். ஆர்மோனியத்திலும் வல்லவர். இவரும் ஆர்மோனியம் டி.எம்.காதர் பாட்சாவும் ஆர்மோனியப் போட்டிகளில் ஈடுபடுத்தப்பட்டதுண்டு. போட்டி வேண்டாம் என்று இவர்களிருவரும் நட்பு முறையில் தங்கள் முழுத்திறனையும் வெளிப்படுத்துவார்கள்.

தாவுதுமியான் இசையரங்கு நிகழ்த்தியபோது ஒருமுறை இரவு 9 மணிக்குத் தொடங்கி இரவு 3 மணிக்கு முடித்தாராம். தஞ்சை பாபநாசத்தில் ஒருமுறை இந்துஸ்தானி இசை பாடினார். கேட்டோர் உருகி அழுதுவிட்டனர். அங்கிருந்த காஞ்சிபுரம் நாயனாப்பிள்ளை இவரைப் பன்னீரால் திருமுழுக் காட்டினாராம். அடுத்து நடக்க வேண்டிய தம்

இசையரங்கை 'இன்று என் கச்சேரி எடுபடாது; நாளைக்குப் பாடுகிறேன்' என்று சொல்லி விட்டாராம்.

இசைப்பெரும் புலவர்களும் கருநாடக இசையைச் சுவைப்பதற்காக விரும்பி நாடகங் காண வருமாறு செய்தவர் கிட்டப்பா. அத்தகைய இசைத்திறனைக் கிட்டப்பாவுக்கு அளித்தவர் தாவூதுமியானே. கங்காதர அய்யர் தம் மக்களாகிய காசி அய்யரையும் கிட்டப்பாவையும் கொண்டுவந்து இசை கற்பதற்காகத் தாவுதுமியானிடம் ஒப்படைத்தாராம். இவரிடம் இசை கற்றதன் காரணமாக கிட்டப்பாவின் இசையில் இடையிடையே இந்துஸ்தானி பிடி விழுவதுண்டு.

காரைக்காலில் நடந்த ஓர் இசையரங்கில் தாவூதுமியானிடம் காதர்பாட்சா தோற்றுப் போனதாகக் கூறுவர். 'அல்லாஹு' என்ற பாடலைத் தாவுதுமியான் சிறப்பாகப் பாடுவாராம். அதனால் அவருக்கு 'அல்லாஹு தாவுதுமியான்' என்ற சிறப்புப் பெயர் வழங்கியது. இவர்தம் கால்வழியினர் எவரும் இசைத் துறையில் கால் கொள்ளவில்லை. இவர் தம் மாணாக்கர்களே இப்பெருமகனாரின் பெயர் சொல்லும் எச்சங்களாக விளங்கினர். தாவுதுமியான் நாகூரில் 1940ஆம் ஆண்டு வரை வாழ்ந்திருந்தார்.

S.M.A காதர்

தாவுதுமியானின் முதன்மை மாணாக்கனாக விளங்கியவர் இவர். தாவுதுமியானால் உருவாக்கப்பட்ட மாணவர்களில் இன்று புகழுடன் வாழ்ந்து கொண்டிருப்பவர் S.M.A காதர் அவர்களே. முறைப்படிக் கருநாடக இசையைக் குருகுலமுறையில் பயின்று தேர்ச்சி பெற்று இசைவாணராக வளர்ந்து மரபிசையரங்குகள் மட்டுமே நடத்தி வரும் இவர் இசை மரபுகளில் அழுத்தமான பற்றுடையவர். இவர் பிறந்தது 1923 டிசம்பரில். 25.8.1952இல் இவர் 'நாகூர் தர்கா வித்துவான்' என்ற சிறப்புப் பதவி அளிக்கப் பெற்றார்.

செவ்விசை மரபைச் சிறிதும் மீற விரும்பாத இவர் தம் இசையரங்கை இசையறைவுள்ள பத்துப் பேர் கேட்டால்

போதும் என்பார். மதுரை சோமு பாடும்போது சில சமயம் படே குலாம் அலிகான் பாடுவது போல இருக்கும். அதுபோல் இவரது இசையிலும் இந்துதானி சாயல் காணப்படுகிறது. இது அவர் தம் ஆசிரியர் வழி வந்த சாயலாகும்.

மரபிசையைச் சுவைப்போரும் மதிப்போரும் அருகிவரும் நிலையாலும், இசுலாமியர் என்ற காரணத்தால் இவர்தம் இசைத் திறனைப் பலரும் சரியாக அறிந்து கொள்ளாததாலும், செவ்விசை மரபுகளைச் சிறிதும் தளர்த்த விரும்பாத இவர்தம் கொள்கையாலும் இவர்தம் இசையரங்குகளுக்கான வாய்ப்பு மிகவும் குறைவாகவே உள்ளது. இக்காலத்து முதல் தரமான இசைவாணர்களில் ஒருவராக விளங்கும் இவர் சில தமிழ் உருப்படிகளையும் இயற்றிப் பாடியிருக்கிறார்.

'வாராரோ வாராரோ ஞானக் கிளியே' என்ற பாடல் நாட்டுப்புறப் பாடலாகிய கும்மி அமைப்பில் இவர் இயற்றிப் பாடிய பாடல். கொலம்பியா இசைத்தட்டில் இது பதிவு செய்து வெளியிடப்பட்டது. ஆயிரக்கணக்கில் விற்கப்பட்ட கொலம்பியா இசைத்தட்டுகளில் இதுவும் ஒன்று.

குணங்குடியார், ஆரிபு நாவலர், புலவர் ஆபிதீன், பண்டிட் உசேன், வண்ணக்களஞ்சிய ஹமீதுப் புலவர், கவிஞர் சலீம், மலையாளம் காலகவிப் புலவர், காசிம் புலவர், உமறுப் புலவர் ஆகிய இசுலாமியப் புலவர்களின் பாடல்களை இசைத்தட்டுகளில் பாடியது மட்டுமின்றி தியாகராசர் கீர்த்தனைகளையும் இசைத்தட்டுகளில் பாடியிருக்கிறார்.

'சேது சாரா' என்ற பைரவி இராக ஆதிதாள உருப்படி ஒரு முஸ்லிம் இசைவாணர் பாடிப் பதிவு செய்த முதல் தியாகராசர் கீர்த்தனை என்ற பெருமையை உடையது.

'காரண நபியே' என்ற அம்சத்வனி இராகப் பாடலுக்குக் குன்னக்குடி வைத்தியநாதன் வயலின் வாசித்திருக்கிறார். உமறுப் புலவர் இஸ்லாத்தைத் தழுவிய வரலாற்றுச் சுருக்கம் ஆரிபு நாவலரால் இயற்றப்பட்டது. இதனை இராகதாள

மாலிகையில் இவர் பாடியுள்ள இசைத்தட்டு உண்டு. இதில் பாகேசீரி, மோகனம், சஹானா, மால்கோஸ், சுபபந்துவராளி ஆகிய இராகங்களும், ஆதி, மிசிர சாப்பு, தேசாதி, திசிரஏகம் ஆகிய தாளங்களும் கலந்து வரும்படிப் பாடியது குறிப்பிடத்தக்கது. இக்காலத்தில் இராகமாலிகையைக் காணலாம். தாளமாலிகையைக் காண்பது அரிது.

இவர்தம் பாடல்கள் பதிவு செய்த ஒலி நாடாக்களும் உண்டு. அவற்றிலும் இசுலாமியப் பாடல்களுடன் பாபனாசம் சிவன் போன்றோரின் இந்துமதத் தமிழ்ப் பாடல்களும் உள்ளன.

இவரிடம் இசை பயின்ற மாணாக்கர்கள் ஏராளம். எனினும் அவர்களிற் பெரும்பாலோர் கீதம், வர்ணம் என்ற அளவில் நிறுத்திக் கொண்டவர்தாம். எம்.எம். ஈசுப் என்ற மாணவர்தாம் 7, 8 ஆண்டுகள் தொடர்ந்து இசை பயின்றார். அவர் சென்னை அண்ணாமலை மன்றத்தில் 'இசை மணி' என்ற பட்டம் தந்து சிறப்பிக்கப் பெற்றார். இவருடன் இசைமணிப் பட்டம் பெற்றவர்களில் சீர்காழி கோவிந்தராசனும் ஒருவர்.

நாகூர் ஈ.எம். ஹனீபா

இசைமுரசு, அருளிசை அரசு, கலைமாமணி முதலிய பட்டங்களைக் குவித்துள்ள ஈ.எம்.ஹனீபா இசுலாமிய மெல்லிசையுலகின் முடிசூடா மன்னராகத் திகழ்ந்து வருகிறார். இற்றைக்கு 70 ஆண்டுகளுக்கு முன் முகவை மாவட்டத்தில் பிறந்த இவருக்கு நாகூரே இளமை முதல் வாழிடமாக அமைந்து விட்டது.

காரைக்கால் ஏ.எம்.தாவுது போன்றோர்களின் இசையரங்க நிகழ்ச்சிகளைக் கேட்டதனால் இளமை முதலே எழுச்சி பெற்றுப் பாடி வருகிறார். நுண்ணுணர்வும் கேள்வியறிவும் நிரம்பவுடைய இவருக்கு முறையான இசைப் பயிற்சி தேவைப்படவில்லை. 70 அகவைக்குப் பிறகும் இவருக்கே இயல்பான குரல் வளமும் தெளிவான தமிழ் ஒலிப்பும் சற்றும் குறையாமை வியப்புக்குரிய ஒன்று.

ஹாங்காக், மலேசியா, சிங்கப்பூர், இலங்கை போன்ற வெளிநாடுகளிலும் இசை மழை பொழிந்துள்ளது இவ்வின்னிசைக் கொண்டல். நாளும் இன்னிசையால் நபிகள் புகழையும், திருக் குர்ஆனையும், திராவிட இயக்கத்தையும் பரப்பி வரும் இவர்தம் இசையரங்குகள் பொதுக் கூட்டங்களிலும், இல்லச் சிறப்பு நிகழ்ச்சிகளிலும் மிகுதியாக இடம் பெறும். இவர் பாடலிலும் மரபு பிறழாத உருப்படிகள் உண்டு. மெல்லிசைப் பாடல்களும் கர்னாடக இசை மரபின் சாயல் மிகுந்தவையே.

கழகம் இட்ட கட்டளைப்படிக் கைத்தறித் துணியை விற்ற போதும், சிறைப் பறவையாய் வாழ்ந்த போதும் பாடும் பணியே பணியாய் இருந்தார்.

பேரறிஞர் அண்ணா, காயிதே மில்லத் ஆகியோர் விரும்பிக் கேட்ட பெருமையுடைய பாடல் இவருடையது. இவர்தம் 'இறைவனிடம் கையேந்துங்கள் அவன் இல்லை என்று சொல்லுவதில்லை', 'அழைக்கின்றார் அழைக்கின்றார் அண்ணா' முதலிய பெயர் பெற்ற பாடல்கள் 500க்கு மேற்பட்ட இசைத் தட்டுகளிலும் ஒலிநாடக்களிலும் பதிவாகி தமிழ்கூறு நல்லுலகம் எங்கும் இனிது ஒலித்து வருகின்றன.

ooo

26

தமிழும் இஸ்லாமும்

செம்மொழியான தமிழ், உலகத்தின் முதன் மொழியான தமிழ், சர்வ சமயங்கள் சார்ந்த, மற்றும் சமயம் சாரா இலக்கியங்களால் செறிவு பெற்றுத் திகழ்கிறது. எல்லாச் சமயத்தை சார்ந்த இலக்கியங்களும் தமிழில் காணப்படுவது தமிழின் சிறப்பாகும். சைவம், வைணவம், இஸ்லாம், பௌத்தம், சமணம் மற்றும் சமயம் சாரா நெறிகளும், தமிழ் இலக்கியத்தில் காணப்படுகின்றன.

கி.பி. ஏழாம் நூற்றாண்டில் பக்தி இலக்கியங்கள் பரிணமித்த காலக்கட்டத்தில், அரபு நாட்டிலே தோன்றிய ஏகத்துவ மார்க்கம், தமிழ் மண்ணுக்குள் அறிமுகமானது. சங்க காலம் தொட்டு தொடர்பு கொண்டிருந்த அரபு நாட்டவர், யவனர் என்றும், பின்னர் சோனகர், துலுக்கர், முஸ்லிம்கள் என்றும் அழைக்கப்பட்டனர். இவர்கள் தமிழ்நாட்டிலும், இலங்கையிலும், சிங்கப்பூர், மலேசியா மற்றும் தூரக்கிழக்கு நாடுகளிலும், தென் ஆப்ரிக்காவிலும் பரவிக்கிடக்கிறார்கள். இன்றைய உலகமயமான காலத்தில், அவர்கள் இல்லாத நாடில்லை எனலாம்.

இவர்கள் தமிழ் இலக்கியத்திற்குப் புதிய சிந்தனைகளையும், புதிய பரிமாணங்களையும் வழங்கியுள்ளனர். இன்றும் அவர்களின் பங்கு வாணிபம், கலை, அறிவியலில் சிறந்து விளங்குவதுபோல் இலக்கியத்திலும் போற்றுதற்குரியது. தமிழ் சமுதாயத்தின் தனிப்பெரும் சிறுபான்மையினரான தமிழ் முஸ்லிம்கள் தங்கள் தாய் மொழியான, தமிழுக்கு ஆற்றிய தொண்டுகள் அளப்பரியது. இஸ்லாமியர்கள் தமிழுக்கு புதிய இலக்கிய வகைகளை அறிமுகப்படுத்தினர்.

1) மசலா,
2) நாமா
3) கிஸ்ஸா
4) முனாஜாத்து
5) படைப்போர்
6) திருமண வாழ்த்து
7) நொண்டி நாடகம்

ஆகியவை அவர்களால் அறிமுகப்படுத்தப்பட்டவை யாகும்.

மசலா (புதிர் வினா) என்பது வினா விடை அமைப்பில் கருத்துக்களைக் கூறுவது.

நாமா (வரலாற்றுக் கதை) வரலாற்று நிகழ்சிகளைக் கதை வடிவில் இலக்கியமாகக் கூறுதல்.

கிஸ்ஸா (கதை) கதை அமைப்பில் மார்க்க நெறிகளைக் கூறுதல்.

முனா ஜாத்து (இறை வேட்கை) இறை வேட்கையை மனம் நெகிழ்ந்து பாடும் முறை.

திருமண வாழ்த்து இஸ்லாமியத் தமிழர்களின் திருமண நிகழ்ச்சிகளில் இடம் பெறும் பழக்க வழக்கங்களைக் கூறுதல்.

படைப்போர் இறைக்கொள்கைக்காக இரு பிரிவுப்படைகள் செய்கின்ற போர் நிகழ்சிகளைக் கூறுதல்.

இவற்றில் கிஸ்ஸா, மசலா, முனா ஜாத்து ஆகியவை அரபுச் சொற்களாகும். நாமா என்பது பாரசீகச் சொல்லாகும்.

தொடக்க காலம்

மார்கோ போலோ 13ஆம் நூற்றாண்டில் தமிழ் இஸ்லாமிய சமுதாயம் தமிழகத்தில் இருந்ததைத் தீர்க்கமாகப் பதிவு செய்திருக்கிறார். அந்தக் கால கட்டத்தில் இஸ்லாமியர்களின்

தமிழ் இலக்கியப் பங்களிப்பு பற்றி நமக்கு ஆதாரங்கள் கிடைக்கவில்லை. ஆனால் ஒரு சில நூற்றாண்டுகளில் இஸ்லாமியர்களின் தமிழ் இலக்கிய சேவை ஆரம்பித்திருக்க வேண்டும் என்று பல ஆராய்ச்சியாளர்கள் நம்புகின்றனர்.

பலர் குறைந்தது மாணிக்க வாசகர் காலம் தொட்டு இஸ்லாமிய இலக்கியங்கள் இருந்திருக்க வேண்டுமென்று, அவற்றைக் கண்டுபிடிக்கும் முயற்சியில் ஈடுபட்டார்கள். அதற்கு வெற்றி கிடைக்காத காரணத்தால் 16 ஆம் நூற்றாண்டுக்கு முன்பு வந்த இஸ்லாமியர்களின் தமிழ் இலக்கியங்கள், போர்த்துகீசியர்களால் அழிக்கப்பட்டிருக்கலாம் என்று நம்புகிறார்கள்.

சமீப காலமாகக் குறைந்தது 14 ஆம் நூற்றாண்டில் இஸ்லாமியர்களின் தமிழ் இலக்கியம் இருந்ததற்கான ஆதாரங்களைச் சொல்கிறார்கள். ஆதாரமாகப் பல்சாந்தி மாலை என்ற 8 வரிகள் கொண்ட பாடலைச் சொல்கிறார்கள். அதில் சோனகர்களைப் பற்றியும், அல்லாவைப் பற்றியும், சோனகத் தலைவராக (கலீபா) இருந்த வள்ளலைப் பற்றியும் சொல்லப்படுகிறது. இதன் ஆசிரியர் யார் என்று அறியப்படவில்லை.

பல்சாந்தி மாலைக்கு முன்பும் அதற்குப் பின்பு 16ஆம் நூற்றாண்டு வரை எந்தத் தமிழ் இஸ்லாமியர்களின் இலக்கியமும் கிடைக்கவில்லை. மேலும் அதற்குப் பின் வந்த இஸ்லாமியர்களின், இலக்கியங்களை வைத்துப் பார்க்கும்போது, அதை எழுதியது முஸ்லிம் அல்லாதவரால் எழுதப்பட்டிருக்கலாமோ என்ற சந்தேகம் சிலருக்கு உண்டு. காரணம் பல்சாந்தி மாலையில் பின்னால் வந்த முஸ்லிம்களின் பங்களிப்பில் சர்வசாதாரணமாகக் கலந்திருந்த அரபி பாரசீக வார்த்தைகள் காணப்படாததுதான்.

அகவே ஒரு இந்துவால் அது எழுதப்பட்டிருக்கலாம் என்று கூட நம்பப்படுகிறது. அல்லது புதிதாக இஸ்லாத்தைத் தழுவியவராகவும், அதிகம் அரபி, பாரசீக வார்த்தைகளில் பரிட்சயம் இல்லாதவராக இருந்திருக்கலாம்.

ஆதார பூர்வமாக முஸ்லிம்களால் எழுதப்பட்ட முதல் தமிழ் இலக்கியம் கிடைக்க 14 ஆம் நூற்றாண்டிலிருந்து இரண்டு நூற்றாண்டுகள் காத்திருக்க வேண்டியதிருந்தது. 1572 இல் எழுதப்பட்ட "ஆயிரம் மசலா என்று வழங்கும் அதிசய புராணம்தான் இஸ்லாமியரால் எழுதப்பட்ட முதல் ஆதாரபூர்வமான தமிழ் இலக்கியம் ஆகும். இதை எழுதியவர் செய்கு இசாக் என்ற வண்ண பரிமளப் புலவர். முழு இலக்கியமும் கேள்வி கேட்டு, பதில் சொல்லும் முறையில் உள்ளது. அதில் அதிக அளவில் அரபு வார்த்தைகள் கலந்திருப்பதைக் காணலாம்.

என் சிறு வயதில் பக்கிர்பாவாக்கள், இரவு நேரங்களில் ஊர் ஊராக, தாஹிர கொட்டு என்று சொல்லப்படும் தப்பு கொட்டி இசையோடு இந்த ஆயிரம் மசலா கதை சொல்வதைக் கேட்டிருக்கிறேன். சக்கரவர்த்தித் திருமகன் என்ற திரைப்படத்தில் எம்ஜியாரும், N .S .கிருஷ்ணன் அவர்களும் அதேபாணியில் தப்பு கொட்டி கேள்வி பதில் முறையில் பாடுவதைக் கேட்டிருக்கலாம். இந்தப் பாணியை தமிழுக்கு அறிமுகப்படுத்தியவர்கள் முஸ்லிம்கள்.

ஆயிரம் மசலா குரானையும், ஹதீதையும், ஆதாரமாகக் கொண்டு எழுதப்பட்டதாகும். அதில் இஸ்லாமிய சட்டதிட்டங்கள், நெறிமுறைகள், சொர்க்கம், நரகம், நபிகள் நாயகத்தின் வாழ்க்கைமுறை ஆகியவை சொல்லப்பட்டிருக்கிறது. சைவ, வைணவ இலக்கியங்களில் சமயநெறிகள் சம்ஸ்கிருத வார்த்தைகள் கலந்து சொல்லப்பட்டதுபோல், இஸ்லாமியர்களின் பக்தி இலக்கியங்களில் அரபு பாரசீக வார்த்தைகள் கலந்து காணப்படுகிறது.

மசலா என்பதே அரபு வார்த்தைதான். இரண்டாவதாக தமிழ் இலக்கியத்திற்கு இஸ்லாமிகளின் அதிகாரபூர்வமான பங்களிப்பு 1590 இல் ஆலிம் புலவர் அவர்களால் எழுதப்பட்ட மெஹ்ராஜ் மாலை ஆகும். அதில் நபிகள் நாயகம் மெஹ்ராஜ் இரவில் சுவர்ணம் போய் திரும்பிய சரித்திரத்தைச் சொல்லி இருக்கிறார். அது நாயகம்

அவர்களின் வாழ்வில் நடந்த அதிசயமாகும். அவரும் அரபு வார்த்தைகளை அங்கங்கே உபயோகித்திருக்கிறார்.

17 ஆம் நூற்றாண்டு

பிறகு நீண்ட இடைவெளிக்கு பின், இஸ்லாமியர்களின் தமிழ் இலக்கியப் பணி கிடைக்கப்பெற்றது 17 ஆம் நூற்றாண்டிலாகும். செய்கு நைனார் கான் என்ற புலவர் எழுதிய கனகாபிசேக மாலை, சூபி மகான் பீர் முகம்மது அவர்கள் எழுதிய திருநெறி நீதம், சேக்காதி நெய்னா எழுதிய திருமணக் காட்சி, சகூன் படைப்போர், ஆகியவை 17 ஆம் நூற்றாண்டின் முஸ்லிம்களின் தமிழ் இலக்கியப் படைப்புகளாகும், இவையெல்லாம், மற்ற சமய இலக்கியங்கள் போல், இஸ்லாமிய சமய இலக்கியங்களே. கனகவிராயர் என்று அழைக்கப்பட்ட செய்கு நைனார் கான் எழுதிய கனகாபிசேக மாலை, நபிகள் நாயகம் (ஸல்) அவர்களின் வாழ்க்கையையும், நபித் தோழர்களின் வாழ்க்கையையும் விவரிக்கின்றது.

நபிகள் நாயகத்தின் பேரர்களான ஹசன், ஹுசைன் ஆகியோருக்கு அதிக முக்கியத்துவம் இவர் கொடுத்திருப்பதால், இவர் ஷியா பிரிவைச் சேர்ந்தவராக இருக்கலாம் என்ற கருத்தும் நிலவுகிறது. ஆனால் அடிப்படை இஸ்லாமியவாதிகளின் தாக்கம் இல்லாத அக்காலக் கட்டத்தில் அப்படி வேறுபாடுகள் இருக்க சாத்தியமில்லை என்ற கருத்தும் உண்டு.

மேலும் தமிழ் இஸ்லாமியர்கள் எல்லோருமே சுன்னத் ஜமாஅத் பிரிவைச் சேர்ந்தவர்கள்தான். சூபிக்களின் தாக்கமும், பின்னாட்களில் அடிப்படைவாதிகளின் தாக்கமும் இருக்கிறது. சூபி மகான் பீர் முஹம்மது அவர்கள் எழுதிய திருநெறி நீதம் என்ற படைப்பு, ஆயிரம் மசலா போன்று கேள்வி பதில் நடையில் உள்ளது. முழுதும் அந்தாதியாக எழுதப்பட்டிருப்பது அதன் சிறப்பு.

இஸ்லாமியருக்கான இஸ்லாமிய நம்பிக்கை, ஒழுக்கம், சட்ட திட்டங்கள், ஆண்கள் பெண்களுக்கான ஒழுக்க

நெறிமுறைகள் அதில் சொல்லி இருக்கிறார். அதில், சொத்துரிமை, திருமணச் சட்டங்கள் ஆகிய இஸ்லாமிய சட்ட விளக்கங்களைச் சொல்லி இருக்கிறார். இறுதியில் உலகின் முடிவையும், நியாயத்தீர்ப்பு நாள் பற்றியும், சுவனம், நரகம் பற்றியும் சொல்லி இருக்கிறார்.

திருமணக்காட்சியில் சேக்காதி நெய்னா அவர்கள் சொர்க்கத்தில் நபிகள் நாயகத்தின் திருமணம், இறுதித் தீர்ப்பு நாட்களுக்குப் பிறகு சொர்க்கத்தில் நடப்பதாகக் கற்பனை செய்து எழுதி இருக்கிறார். சகூன் படைப்போர் *17* ஆம் நூற்றாண்டின் கடைசியில் எழுதப்பட்ட தமிழ் போர் இலக்கியம் ஆகும்.

முஸ்லிம்களுக்கும், மற்றவர்களுக்கும் இராக்கில் நடந்த போரைப் பற்றியதாகும். இறுதியில் முஸ்லிம்கள் வெற்றிகண்டு எதிர்ப்படை தலைவன் சகூன் நபிகளிடம் சரணடைந்து, இஸ்லாத்தை ஏற்றுக் கொள்கிறான். நாயகம் அவர்கள் அவனை மரியாதையாக நடத்தி இராக்கை அவன் வசமே ஒப்படைக்கிறார்.

18 ஆம் நூற்றாண்டு *17* ஆம் நூற்றாண்டின் இறுதியிலோ அல்லது *18* ஆம் நூற்றாண்டின் ஆரம்பத்தில் எழுதப்பட்ட இஸ்லாமியர்களின் தமிழ் இலக்கியங்கள் யாகூபு சித்தர் பாடல் முத்து மொழி மாலை திரு மக்காப்பள்ளு ஆகியவை. யாகூபு சித்தர் பாடலை எழுதிய யாகூபு மதம் மாறிய தேவர் இனத்தை சேர்ந்த ராமதேவர் ஆவார். அவர் மருத்துவ, மாந்த்ரீக வைத்திய முறைகளை விளக்கியுள்ளார். அவர் அந்தக் காலகட்டத்தைச் சேர்ந்தவர் என்பதை உறுதி செய்கிறது.

முத்து மொழி மாலை எழுதியவர் பற்றித் தெரியவில்லை. இதில் நபிகள் நாயகத்தின் புகழ் மற்றும் அவர் வாழ்க்கை சம்பவங்களை விவரித்துள்ளார். அதில் மற்ற இஸ்லாமியர்களின் அக்கால இலக்கியங்களிலிருந்து வேறுபட்டு குறைந்த அரபு சொற்களே உபயோகித்து காணப்படுகிறது

திரு மக்காப்பள்ளு இதனுடைய ஆசிரியரும் அறியப்படவில்லை. இதில் தமிழ் பள்ளு பாணியில்

எழுதப்பட்டிருக்கிறது. இது மக்கா நகர் பற்றியும், நபிகள் நாயகம் பற்றியும், முகைதீன் அப்துல் காதர் ஜெய்லானி என்ற ஞாநி பற்றியும், நாயகத்தின் வரலாறு சம்பத்தப்பட்ட விஷயங்கள் பற்றியும் சொல்லப்பட்டிருக்கிறது.

19 ஆம் நூற்றாண்டு

19 ஆம் நூற்றாண்டில் மட்டும் இஸ்லாமியர்கள் 12 தமிழ் காப்பியங்களைப் படைத்துள்ளனர்.

புலவர் நாயகம் என்ற புலவர் மட்டும் 4 காப்பியங்களைப் படைத்துள்ளார். தமிழில் அச்சு வடிவில் முதலில் வந்த காப்பியம், உமறுப்புலவர் எழுதிய சீறாப்புராணம்தான். 1842 இல் வெளிவந்தது. இதற்குப் பிறகுதான் மற்ற தமிழ் காப்பியங்கள் அச்சில் வந்தன.

தமிழில் முதல் நாவலாக பிரதாப முதலியார் சரித்திரம் 1879 இல் வந்தது. அதற்கு அடுத்து வந்த நாவல் ஈழத்து இஸ்லாமியர் சித்தி லெவ்வை மரைகாயர் எழுதிய அசன்பே சரித்திரம் 1885 இல் வெளிவந்தது. அதுதான் ஈழத்தில் தோன்றிய முதல் நாவல் என்ற பெருமையோடு, தமிழில் வெளிவந்த இரண்டாவது நாவல் என்ற பெருமையும் பெற்றது.

1869 இல் முதல் நாடக நூல் டம்பாச்சாரி விலாசம் அச்சில் வெளிவந்தது. இதற்கு அடுத்து அச்சில் வெளிவந்த தமிழ் நாடகம் வண்ணக்களஞ்சியப் புலவர் என்ற முஸ்லிம் எழுதிய அலிபாதுஷா நாடகம் 1870 இல் வெளிவந்தது.

மேலும் இஸ்லாமியர்கள் மகுடி நாடகம், நொண்டி நாடகம் போன்ற புதிய தமிழ் நாடக வடிவங்களைக் கொடுத்துள்ளனர். பள்ளு இலக்கியத்தில் தலை சிறந்ததாகக் கருதப்படும் முக்கூடல் பள்ளு எழுதியவர் எண்ணாயினார் என்ற இஸ்லாமியப் புலவராவார்.

பிரபலமான விக்ரமாதித்தன் உரைநடை நூலாக இப்ராஹீம் ராவுத்தர் எழுதி உரைநடைக்குச் சிறப்பு செய்திருக்கிறார். மொழிபெயர்ப்புத் துறையிலும் தங்கள்

பங்கில் முன்னோடிகளாகத் திகழ்ந்திருக்கிறார்கள். குலாம் காதிரு நாவலர், ஆங்கிலத்தில் GNM. ராய்நால்ட்ஸ் என்பவர் எழுதிய OMAR (ஓமர்) என்ற வரலாற்று நாவலை உமறு பாட்சா யுத்த சரித்திரம் என்ற பெயரில் தமிழில் மொழி பெயர்த்துள்ளார். 1889 இல் இது நான்கு பாகங்களாக வெளிவந்தது.

இவர் மேலும் மதுரை தமிழ் சங்கத்துப் புலவராற்றுப்படை என்ற ஆற்றுப்படை நூலைப் படைத்துள்ளார். இறைவனை அல்லது மன்னனை அடைவதற்கு எழுதியதை மாற்றி தமிழுக்கு ஆற்றுப்படுத்துகின்ற புதிய வழியைக் காட்டுகிறார்.

தமிழில் எத்தனையோ சுய முன்னேற்ற நூற்கள் வந்துள்ளன. அதில் சிறந்து விளங்குகிற தமிழ்வாணன், MS உதய மூர்த்தி மற்றும் இன்றைய கால கட்டத்தில் சிறந்து விளங்குகின்ற எல்லோருக்கும் முன்னோடியாக திகழ்ந்தவர் MRM அப்துல் ரஹீம் அவர்கள்.

○○○

27

தமிழ் முஸ்லிம் பெண் எழுத்தாளர்கள்

முதல் தமிழ் முஸ்லிம் பெண் எழுத்தாளர் நாகூரை சேர்ந்த சித்தி சுபைதா பேகம். 1938 இல் காதலா? கடமையா? என்ற நாவலைப் படைத்திருக்கிறார். இவரைத் தொடர்ந்து பாத்து முத்து சித்தீக், செய்புன்னிஷா போன்ற முஸ்லிம் பெண்கள் தங்கள் எழுத்துப் பணியினைச் செய்திருக்கிறார்கள்.

பாத்து முத்து சித்தீக் நைல் நதிக்கரையில் என்ற பயண இலக்கியத்தை எழுதியுள்ளார். மேலும் கீழக்கரை செய்யது ஆசியா உம்மாள், தென்காசி ரசூல் பீவி, இளையான்குடி கச்சிப்பிள்ளை அம்மாள், மைமூன் ஆகிய நான்கு பெண்பாற் புலவர்கள் சூபி ஞான இலக்கியங்கள் படைத்து பெருமை சேர்த்திருக்கிறார்கள்.

தமிழ் சினிமாவில் முதல் பெண் பாடலாசிரியர் ஒரு இஸ்லாமிய பெண்ணாகும். அவர் குடியிருந்த கோயில் என்ற படத்தில் 'குங்குமப் பொட்டின் மங்களம்' என்ற பாடலை எழுதிய ரோசனாரா பேகம் ஆகும். 40 ஆண்டுகளுக்கு முன்பு எழுதிய அப்பாடல் இன்றும் தமிழ் ரசிகர்கள் மத்தியில் பிரபலம்.

தற்கால முஸ்லிம் பெண் இலக்கியவாதிகளில் சல்மா மிக முக்கியமானவர். இஸ்லாமியப் பெண்களின் நம்பிக்கைகள், போராட்டங்கள் பற்றி அதிகம் எழுதுகிறார். தமிழ் முஸ்லிம் சமுதாயத்தோடு, தமிழ் முஸ்லிம் குடும்பங்களின் தொடர்புகள் பற்றி அவர் எழுதிய உணர்ச்சிபூர்வமான நாவல் 'இரண்டாம்

ஜாமங்களின் கதை'. அவர் 'ஒரு மாலையும் இன்னொரு மாலையும்', 'பச்சை தேவதை' போன்ற கவிதை, சிறுகதைத் தொகுப்புகளை அளித்திருக்கிறார்.

தமிழ் சினிமாவில்

கண்ணதாசன், உடுமலை நாராயண கவி, பாபநாசம் சிவன் போன்றோர் புகழ் பெற்ற காலத்தில் அவர்களுக்கு இணையாகப் புகழ் பெற்றவர் கவி கா.மு. ஷெரீப் அவர்கள். அவர் எழுதிய ஏரிக்கரையின் மேலே போறவளே பெண்மயிலே, நான் பெற்ற செல்வம் நலமான செல்வம், வாழ்ந்தாலும் ஏசும் தாழ்ந்தாலும் ஏசும், சிட்டுக்குருவி சிட்டுக்குருவி சேதி தெரியுமா போன்ற பாடல்கள் இன்றும் பிரபலமான பழைய பாடல்கள். இசை இனிமைக்காக மட்டுமல்ல இனிய பாடல் வரிகளுக்காகவும் அவை அதிகம் விரும்பப்படுபவை.

○○○

28

தற்காலத் தமிழ் இலக்கியங்கள்

தற்காலத் தமிழ்ப் புதுக்கவிதை உலகில் இஸ்லாமியர்களின் பங்கு அபரிமிதமானது. முதலிடம் வகிப்பவர்களில் கவிக்கோ அப்துல் ரஹ்மான் அவர்களும், மு.மேத்தா அவர்களும், இன்குலாப் (சாகுல் ஹமீது), அபி, மனுஷ்ய புத்திரன், கவிஞர் சல்மா ஆகியோர் முக்கியமானவர்கள். கவிக்கோ அப்துல் ரஹ்மான் அவர்கள் கவிதைக்காக சாகித்ய அகாதமி விருது பெற்ற முதல் தமிழ் கவிஞர். சாகித்ய அகாதமி விருதினை பெற்ற மற்றொரு தமிழ் முஸ்லிம் தோப்பில் முகம்மது மீரான் நாவலுக்காக விருதினைப் பெற்றார்.

யுனெஸ்கோ கூரியர் என்ற அறிவியல் தமிழ் பத்திரிக்கையின் ஆசிரியராக பணியாற்றியவரும், அறிவியல் தமிழ் கலைச் சொல்லாக்க முன்னோடியுமான மணவை முஸ்தபா அவர்கள் அறிவியல் தமிழுக்குச் செய்த பணியை மறக்க முடியாது. தேவநேயப்பாவாணர், பெருஞ்சித்திரனார் ஆகியோரோடு இணைந்து தனித்தமிழ் இயக்கத்தில் பாடுபட்டவர் காரை. இறையடியான் (முகம்மது அலி). அவர் நடத்திய பூஞ்சோலை இதழ் சிறப்புமிக்கது.

ஈழத் தமிழர் முனைவர். ம.மு.உவைஸ் அவர்கள் தலைமையில் முதன் முதலாக மதுரை காமராஜர் பல்கலைக் கழகத்தில் இஸ்லாமியத் தமிழ் இலக்கிய ஆய்வுத்துறை தொடங்கப்பட்டது.

மறைந்த மௌலவி அப்துல் ஹமீது பாகவி அவர்கள் புனித குரான் சரீபை தமிழுக்கு மொழிபெயர்த்து தமிழுக்கும், இஸ்லாத்திற்கும் பெரும்பணி செய்திருக்கிறார்கள்.

அதேபோல் அவரது புதல்வர் கிரிகி அப்துல் சமது அவர்களின் தமிழ்ப் புலமை தமிழுலகம் அறிந்தது. அவர் சிறந்த பேச்சாளர் மற்றும் எழுத்தாளர்.

இசைத் தமிழ் இலக்கியங்கள்

இசைக்கும் இஸ்லாத்திற்கும் உள்ள தொடர்பு மிக்க தொன்மையானது. சிலர் கூறுவதுபோல் இசை இஸ்லாத்திற்கு எதிரி அல்ல. சபூர் வேதத்தை கீர்த்தனைகளாக தாவூத் நபி (ஸல்) அவர்கள் பாடியபோது மெய்மறந்து போனார்கள் என்று சான்றுகள் கூறுகின்றன.

இஸ்லாத்தின் மேல் பற்றுதலும், பிடிப்பும் கொண்டிருந்த முகலாய சாம்ராஜ்யத்தை நிறுவிய சக்கரவர்த்தி பாபர் ஓர் சிறந்த இசைவாணர். ஏராளமான இசைப்பாடல்களையும், ஆய்வுக் கட்டுரைகளையும் எழுதியுள்ளார்.

தமிழ் முஸ்லிம்கள் இசைக்கும், இசை இலக்கியத்திற்கும் அளித்திருக்கும் பங்கு மிக உன்னதமானது. தமிழில் பேரிலக்கியமா? சிற்றிலக்கியமா அவற்றில் பண்கனிந்த பாடல்களைக் காணலாம். இசை நூலா? இசை நாடகமா? கீர்த்தனையா? திருப்புகழா? காவடிச்சிந்தா? எந்த வகையாய் இருந்தாலும் முஸ்லிம்கள் தொடாததில்லை.

வரகவி காசிம் புலவர் (1763) திருப்புகழ் என்ற பெயரில் ஓர் அறிய இசைத் தமிழ் நூலை இயற்றியிருக்கிறார். அவர்தம்

பகரு முருவிலி அருவிலி வேருவிலி
சிறுது மொரு தலை பயிலிலி
துயிலிலி பருவி னுணவிலி
துணையிலி இணையிலி

என்ற பாடல் சார்ந்த குழிப்புடன் ஒற்றெழுத்தே வராமல் எழுதியுள்ளார்.

குணங்குடி மஸ்தான் (1881) தமிழர்க்குக் கிடைத்த மற்றொரு தாயுமானவர். இவரது மாணவர்களாகப் பல இந்துக்களும் இருந்திருக்கின்றார்கள். நாகூர் ஹனீபாவின் குரலில் ஒலிக்கும் திக்குத்தி கண்டமும் கொண்டாடியே வந்து என்ற பாடல் குணங்குடி மஸ்தான் அவர்களால் எழுதப்பட்ட இனிமையான கண்ணிகளுக்குச் சான்றாகும்.

குலாம் காதிர் நாவலர் (1882) தஞ்சை ஆபிரகாம் பண்டிதர் படைத்த கருணாமிர்த சாகரம் போல 'இசை நுணுக்க இன்பம்' என்ற இசையிலக்கண நூலை இயற்றியுள்ளார். அவரது நாகூர்ப் புராணத்தில் பல இசை நுட்பங்கள் பயன்படுத்தப்பட்டுள்ளன.

முகம்மது நயினா மரைக்காயர் (1900) இயற்றிய லால் கௌகர் நாடகம், குற்றாலக் குறவஞ்சியை ஒத்தது. கௌகர் என்ற நங்கை பந்தாடியதைக் கூறும் பாடல்

சங்கொலி பொங்கிய பங்கயமென்கை
தளர்ந்துசி வந்தாடக் குலப்
பங்கில் உலாங்கயல் வென்றிடு
வாள்விழி பாய்ந்துபு ரண்டாட

என்ற அழகிய சந்தத்தோடு நடை போடுகிறது. சாகுல் அமீது (1904) அவர்கள் சங்கீத சிந்தாமணி என்ற இசை நுணுக்க நூலை இயற்றியளித்துள்ளார்.

அப்துல் காதிருப் புலவர் (1909) சந்தத் திருப்புகழ் என்னும் அறிய இசைத்தமிழ் நூலை தந்துள்ளார். அருணகிரி நாதரின் திருப்புகழில் 384 சந்தங்கள் உள்ள விந்து புளகித என்பதற்கு அதற்கடுத்தபடி, காசிம் புலவரின் சந்தங்களைக் கொண்டுள்ள இளமை பறிபட என்ற பாடலே மிகப் பெரியது.

முருகன் மேல் பாடப்படும் காவடிச் சிந்தினால் கவரப்பட்ட இஸ்லாமியப் புலவர்கள் அதுபோல் பாட விரும்பி பூவடிச் சிந்து பாடினார்கள். நபிகள் நாயகம் (ஸல்), முஹைஹதீன் அப்துல் காதிர் ஜெய்லானி, ஞானி மீரான் சாஹிப் ஆகிய இஸ்லாமியப் பெரியார்களின் பூப்போன்ற திருவடிகளின் புகழ் பாடும் சிந்து என்பது அதன் பொருள்.

பிறமதத் தமிழ் இலக்கியங்களில் முஸ்லிம்கள் காயல் பட்டினத்தைச் சேர்ந்த சதாவதானி என்று பாராட்டுப் பெற்ற செய்குதம்பிப் பாவலர், சைவ சமய சொற்பொழிவு நிகழ்த்தியிருக்கிறார். இராமலிங்க அடிகளாரின் அருட்பாடல்களை மருட்பா என்று அதே சமயத்தைச் சார்ந்த கதிர்வேல் பிள்ளை பிரச்சாரம் செய்தபோது, அது அருட்பா என்று வாதிட்டு வென்றவர் முஸ்லிமான பாவலர் அப்பா அவர்கள். இதேபோல் கம்பராமாயணச் சொற்பொழிவாற்றி 'கம்பராமாயண சாகிபு' என்ற பெயர் பெற்றவர் பா.தாவூது ஷா. பெரியபுராணம், சிவபுராணம் குறித்து சொற்பொழிவு ஆற்றி இருக்கிறார் கவி கா.மு.ஷெரீப்.

சென்னை கம்பன் கழகத்தில் நீண்டகாலத் தலைவராக இருந்தவர் நீதியரசர் எம்.எம்.இஸ்மாயில் அவர்கள். கம்ப ராமாயணத்தில் சிறந்த பேச்சாளரும், ஆராய்ச்சியாளரும் ஆவார்.

சீவக சிந்தாமணி பற்றி முதன் முதலாகத் தொடர் சொற்பொழிவு ஆற்றியவர் கவிக்கோ அப்துல் ரகுமான் ஆவார்.

ஈழத்தமிழ் முஸ்லிம்கள்

ஈழத்தில் பல தமிழ் முஸ்லிம்கள் தங்கள் தாய்மொழியாம் தமிழுக்குப் பல படைப்புகளையும், பணிகளையும் செய்திருக்கின்றனர். தமிழில் இரண்டாவது நாவலான அசன்பே சரித்திரம் எழுதியவர் சித்தி லெப்பே என்ற ஈழத்தமிழர் ஆவார்.

ஜின்னா சர்புதீன் என்பவர் முஸ்லிம் வீரர்களைப் பற்றிய காவியம் எழுதியுள்ளார்.

நிறைய ஈழத்து முஸ்லிம்கள் புதுக்கவிதைகளை அளித்துள்ளனர். அவர்களில் முக்கியமானவர் பேராசிரியர் **MAM.** நுஃமான் அவர்கள். சிங்களவர் பகுதியிலும் தமிழ் மணப்பதற்குக் காரணம் ஈழத்துத் தமிழ் முஸ்லிம்களாகும்.

OOO

29

வள்ளல் சீதக்காதி மரைக்காயர்

வான்புகழ் சீதக்காதி வள்ளலின் முன்னோர்கள் கி.பி. 13 ஆம் நூற்றாண்டில் கீழக்கரைப் பகுதி பாண்டியர்களின் வசம் இருந்த காலம் தொட்டு மன்னார் வளைகுடா பகுதியின் நீர்வழிப் போக்குவரத்து, கடல் வாணிபக் கட்டுப்பாடு, கடலோர மற்றும் கடல்வளப் பாதுகாப்புக்கான அதிகாரத்தைப் பெற்று மலிக் அல்லது கறுப்பாறு காவலர்கள் என்றும், பின்பு பெரியதம்பி என்ற அரசப் பட்டங்களைப் பெற்றும், சேது சீமையின் கடல்புறத்தில் ஆதிக்கம் செலுத்தி வந்தனர்.

தென்தமிழகக் கடற்கரை நகரான வகுதை என்றழைக்கப்பட்ட கீழக்கரையில் ஏறத்தாழ 370 ஆண்டுகளுக்கு முன் பிறந்தவர் செய்கு அப்துல் காதிர் மரைக்காயர்.

இவருடைய ஈகைக் குணத்தாலும், கடல் வாணிப செல்வாக்காலும், பரங்கியர்களை எதிர்த்து நின்ற தீரத்தாலும், தாய்த் தமிழைப் போற்றிய புலவர்களை ஆதரித்ததாலும், சமய நல்லிணக்கத்தைக் காத்தும் வான்புகழ் எய்திட்ட சேது நாட்டுப் பெரியதம்பி மற்றும் விஜய இரகுநாத பெரியதம்பி என்ற மெய்கீர்த்திகள் கொண்டவர்தான் செத்தும் கொடை கொடுத்த வள்ளல் சீதக்காதி என்ற செய்கு அப்துல் காதிர் மரைக்காயர் அவர்கள்.

வள்ளல் சீதக்காதி மரைக்காயர் மறைந்து 320 ஆண்டுகள் கடந்துவிட்ட நிலையிலும், கீழக்கரை வரலாற்றில் அவர்

அழியாப்புகழ் நிலையை அடைந்து இப்புவி உள்ளவரை நினைவு கூறப்படுவார் என்றால் அது மிகை இல்லை.

போர்த்துகீசியர்களுக்குப் பின் கீழக்கரைப் பகுதிக்குள் நுழைந்த பரங்கியர்களான டச்சுக்களின் அடாவடியை எதிர்த்து, அவர்களுக்குச் சிம்ம சொப்பனமாக விளங்கிய வள்ளல் சீதக்காதி, இராமநாதபுரம் அரசர் கிழவன் சேதுபதியுடன் நேசம் பாராட்டி நட்புக்கு இலக்கணமாக இருந்ததுடன், அரசருக்கு ஆலோசனை கூறும் அமைச்சராகவும் விளங்கினார்.

வள்ளலின் வேண்டுகோளின்படியே இறைத்தூதர் முஹம்மது நபி (ஸல்) அவர்களின் வாழ்க்கை வரலாறு தாய்த் தமிழில் உமறுப்புலவரால் சீறா புராணம் என்ற காப்பியமாக இயற்றப்பட்டது. அக்காலத்தில் வாழ்ந்த சறகுப்புலி இமாம் சதக்கத்துல்லா அப்பா அவர்களிடம் பெருமதிப்பு கொண்டிருந்த வள்ளல் சீதக்காதி, சதக்கத்துல்லா அப்பா அவர்களின் ஆலோசனையின் பேரில் திராவிட தொன்கலை நயத்துடன் நடுத்தெரு ஜும்ஆ பள்ளியை நிர்மாணித்து இருக்கலாம் என்ற கருத்தும் நிலவுகிறது.

வங்காளத்திற்கு கவர்னராக நியமிக்க மாதிஹ் ரசூல் சதக்கத்துல்லா அப்பாவை ஆற்காடு நவாப் மூலம் பேரரசர் ஔரங்கசீப் பாதுஷா வேண்டியபோது, தனக்கு அந்தப் பதவி ஒத்துவராது என்றும், வள்ளல் சீதக்காதி மரைக்காயர்தான் சரியான தேர்வாக இருக்க முடியும் என்று கருதி, சீதக்காதி மரைக்காயரையே கவர்னராக நியமிக்கலாம் என ஆற்காடு நவாபின் சமூகத்துக்கு சதக்கத்துல்லா அப்பா பரிந்துரை செய்ததாகவும், வள்ளல் சீதக்காதி அச்சமயம் தனது வர்த்தகத் தொடர்பை கல்கத்தா வரை விரிவுபடுத்தி இருந்தமையால், அந்தக் கவர்னர் பொறுப்பினை ஏற்று, கல்கத்தா சென்று, சிறிது காலம் கவர்னர் பதவியில் இருந்து, பின் ஊர் திரும்பியதாகவும் செய்திகள் உண்டு. இந்த நிகழ்வுக்கான சான்றுகளை உறுதிப்படுத்த முடியவில்லை எனினும் மூதறிஞர் இராஜாஜி அவர்கள் வங்காளத்தின் கவர்னர் ஜெனரலாக பொறுப்பேற்க கல்கத்தா சென்ற

போது, தன்னை மதராஸில் இருந்து வரும் இரண்டாவது கவர்னர் என்று குறிப்பிட்டிருக்கிறார்.

காஜி முதலாம் சேக் அப்துல்லா அவர்கள் கீழக்கரையின் நகர காழியாகவும், நகர் தலைவராகவும் இருந்த கி.பி.1680 களில் இந்தியாவை ஆட்சி புரிந்த மொகலாயச் சக்கரவர்த்தி ஔரங்கசீப் பாதுஷா அவர்களால் சீதக்காதி மரைக்காயருக்கு தன் கைப்பட எழுதி வழங்கிய திருக்குர்ஆன் பிரதியினை, தனது நண்பரான காஜி அவர்களுக்கு சீதக்காதி மரைக்காயர் வழங்கியதாகக் கூறப்படும் திருக்குர்ஆன் பிரதி இன்றும் காஜிக்களின் வாரிசுகளால் பாதுகாக்கப்பட்டு வருகிறது.

17 ஆம் நூற்றாண்டில் சேதுபதிகள் இராமநாதபுரத்தில் வைகை ஆற்றின் களரிக் கம்மாய்க் கரையில் உருவாக்கிய சிங்காரத்தோப்பு போன்றே, வள்ளல் சீதக்காதி அவர்களும் கீழக்கரையில் ஆற்றங்கரையோரம் கொடிக்கால்கள் நிறைந்த செவ்வல் என்ற செம்மணல் பகுதியில் தனது சிங்காரத்தோப்பை உருவாக்கி இருக்கிறார். கீழக்கரை புறநகரில் இருக்கும் சிங்காரத்தோப்பு தற்பொழுது பள்ளி, கல்லூரிகள், மருத்துவமனை மற்றும் குடியிருப்புப் பகுதியாக உருமாறி இருக்கிறது.

கீழக்கரை கடற்பிரதேசத்தில் அரசியல் ஆதிக்கம் பெற்று பாண்டிய மன்னர்களால் சாமந்தர்களாக நியமிக்கப்பட்ட கறுப்பாறு காவலர்கள் என்றழைக்கப்பட்ட சோனக சாமந்தர்கள் 9 ஆம் நூற்றாண்டு முதல் வள்ளல் சீதக்காதி மரைக்காயர் வாழ்ந்த 17 ஆம் நூற்றாண்டு காலம் வரை தொடர்ந்து ரீஜெண்ட்களாகவே இந்தப் பிரதேசத்தில் ஆதிக்கம் செலுத்தி வந்தது எட்டயபுரம் உமறு கத்தாப் புலவர் இயற்றிய சீதக்காதி திருமண வாழ்த்துப் பாடலின் வாயிலாகத் தெளிவாகிறது.

பாண்டிய மன்னர்களால் தங்களுக்கு 12 ஆம் நூற்றாண்டிலேயே வழங்கப்பட்ட கறுப்பாறு காவலர்கள் என்ற அந்தஸ்துடனும், 15 ஆம் நூற்றாண்டில் மதுரையை ஆண்ட நாயக்க அரசால் பெரியதம்பி என்ற பட்டத்துடனும் ரீஜண்ட்களாகவும் நியமிக்கப்பட்டு செயல்பட்டு வந்தனர். பாம்பன் நீர்வழிக் கால்வாயில் வர்த்தகக் கப்பல்களின் போக்குவரத்தைக் கண்காணிக்கும் மிகப்பெரும் பொறுப்பு

கீழக்கரை மரைக்காயர்களான பெரிய தம்பிகளிடமே இருந்தது, குறிப்பாக சீதக்காதி வள்ளலின் முன்னோரான ஆறாம் பாண்டியன் என்று மதிப்புடன் அழைக்கப்பட்ட கறுப்பாறு காவலரிடம் 12 ஆம் நூற்றாண்டில் பாண்டிய மன்னர்களால் கடல்வழி வர்த்தகப் பொறுப்பு வழங்கப்பட்டு பின் தொடர்ந்து வந்ததை சீதக்காதி திருமண வாழ்த்துப் பாடல் குறிப்பிடுகிறது.

நிரைகொழிக்கும் முத்தும் நிதியும் திரைக்கரத்தால்
கரைகொழிக்கும் செல்வக் கறுப்பாறு காவலன்..

இந்தப் பகுதிகளில் போர்த்துகீசியர்கள் ஆதிக்கம் தலையெடுத்த அச்சுதப்ப நாயக்கர் காலமான 16 ஆம் நூற்றாண்டின் மத்தியில் சேகுகண்டு மரைக்காயர் அவர்களது பேரரும், சீதக்காதி மரைக்காயரின் பாட்டனாருமான மாமு நெய்னா என்ற மஹ்மூது நெய்னா மரைக்காயர் மற்றும் சீதக்காதி மரைக்காயரின் தாயைப் பெற்ற பாட்டனார் பாவா அலி என்ற வாவாலி மரைக்காயர் போன்றவர்களிடம் கடல்வழி வர்த்தகப் பொறுப்பு இருந்திருக்கலாம் எனக் கருத முடிகிறது.

சேகுகண்டு மரைக்காயர் காலம் தொடங்கி வகித்து வந்த அரசுப் பதவிக்குரிய பெரியதம்பி என்ற பட்டத்துடன் தொடர்ந்து அழைக்கப்பட்டு வந்திருக்கிறார்கள். இந்த நிலை சேதுபதி அரசர்களால் நியமிக்கப்பட்ட வள்ளல் சீதக்காதி மரைக்காயர் காலம் வரை இருந்து வந்தது. அரசர் கிழவன் சேதுபதி, சீதக்காதி மரைக்காயருக்கு இந்தப்பகுதியில் வர்த்தக வரி வசூலிப்பது, முத்துக் குளித்தல், கடல் வழி பண்டமாற்று, கடல்வணிகக் கட்டுப்பாடு, கடலோர எல்லைகளைக் கண்காணித்துப் பாதுகாப்பது போன்ற கூடுதல் பொறுப்புகளையும் வழங்கி, விஜய இரகுநாத பெரியதம்பி என்ற பட்டத்தையும் வழங்கி இருக்கிறார். போர்த்துக்கீசிய ஆவணங்களில் கீழக்கரை துறைமுகப் பொறுப்பில் இருந்த மரைக்காயர்கள் அனைவரையுமே முதலாம், இரண்டாம், மூன்றாம் பெரியதம்பி என்று குறிப்பிட்டு வள்ளல் சீதக்காதி இன்னாரெனக் குறிப்பிடாமல் வரலாற்றுக் குழப்பத்தை விளைவித்து விட்டனர்.

○○○

30

அமுதகவி சாயபு மரைக்காயர்!

பத்தொன்பதாம் நூற்றாண்டிலும், இருபதாம் நூற்றாண்டிலும் காரைக்காலில் வாழ்ந்த இசுலாமியப் புலவர்கள், தமிழ்மொழிக்குப் புதிய புதிய இலக்கியச் செல்வங்களை வழங்கி உள்ளனர்.

"காரைக்காலில் வாழ்ந்த இசுலாமிய தமிழ்ப் புலவர்களுள் முதன்மையானவராக அமுதகவி சாயபு மரைக்காயரை குறிப்பிட்டுக் கூறலாம்" என்பார் 'கலைமாமணி' கவி கா.மு. ஷெரீப்.

இசுலாமிய நெறிமுறைகளில் ஆழ்ந்த ஈடுபாடு கொண்டு விளங்கிய லெப்பை மரைக்காயருக்கும் ஆயிஷா அம்மையாருக்கும் மகனாக, 1873ஆம் ஆண்டு காரைக்காலில் பிறந்தார். மார்க்கக் கல்வியை வேலூரில் தங்கிக் கற்றார். புலவர் முகமது மஸ்தானிடம் தமிழ் இலக்கிய இலக்கணங்களை முறையாகக் கற்றார். சிங்கப்பூர் சென்று சிலகாலம் வணிகராக வாழ்ந்தார். அங்கு மலாய் மொழியை மிகுந்த ஆர்வத்துடன் கற்றார்.

தமிழிசையின் புகழ் பரவ இருபதாம் நூற்றாண்டின் உதய காலத்தில் அதற்குத் தமது கீர்த்தனைப் பாடல்களால் ஊக்கமும், உற்சாகமும் ஊட்டி பேருதவி புரிந்தவர் அமுதகவி சாயபு மரைக்காயர்.

"புதுச்சேரி மாநிலத்தின் இரண்டாவது பெரு நகரம் காரைக்கால்; காரைச் செடிகள் அடர்ந்த காடாக இருந்ததாலும், உப்பளங்கள் நிறைந்திருந்ததாலும், 'காரைக்காயல்' எனப் பெயர் பெற்றிருந்த இப்பேரூர், காலப்போக்கில் மருவி, `காரைக்கால்' என வழங்கப்பெற்றதாக பேராசிரியர் மு. சாயபு மரைக்காயர் கூறுகிறார்.

தமிழ்க் கவித்திறத்தால் 'அமுதகவி' என அழைக்கப் பெற்றார்! 'கலைவளப் புலவர் போற்றும் காரையில் நிலைவளச் செல்வன், நிறைவளக் கல்வியின் அமுதகவி சாயபு மரைக்காயர்' எனப் புகழ்ப் பெற்றார்.

தேடிவரும் கவிஞர்களின் தேவை அறிந்து வாரி வழங்கும் பெருங்குணம் படைத்தவர், 'கொடை கொடுத்த வித்தகர்' எனப் போற்றப்பட்டவர்! காரைக்காலில் வாழ்ந்தவர்! தமிழ், அரபு, மலாய் முதலிய மூன்று மொழிகளிலும் திறம் பெற்றுத் திகழ்ந்தவர்! 'சாயபு மரைக்காயர்'.

பொது மக்களாலும், புலவர் பெருமக்களாலும் மதித்துப் போற்றப்பட்டவர் அமுதகவி சாயபு மரைக்காயர்.

இசுலாம் மார்க்கக் கல்வியை ஈடுபாட்டுடன் சிறப்பாகக் கற்றுத் தேர்ந்தவர். தமிழின் அனைத்து வகை யாப்புகளிலும் பாடல்களை இயற்றி அளித்துள்ளார். மேலும், தமிழில் வழக்கொழிந்த, 'முடுகு வெண்பா', 'சவலை வெண்பா' போன்ற யாப்புகளிலும் பாடல்களை எழுதிப் பரவசம் எய்தியவர்!

இவரது படைப்புகள் அனைத்தும் பாடல் பனுவல்களே! இலக்கணப் புலமையும், இசை நுட்பமும், இசுலாம் மார்க்கத்திடம் கொண்டிருந்த ஈடுபாடும், எல்லாவற்றிற்கும் மேலாக தமிழ்மொழி மீது கொண்டிருந்த ஈடிணையற்ற பற்றும் காரணமாக விளங்கின. அமுதத் தமிழ் மொழியில் இவர் எழுதிய கீர்த்தனைப் பாடல்கள் அத்தனையும் புகழ் வாய்ந்தவை.

அமுதகவி சாயபுமரைக்காயரின் பாடல்கள் எளிமையும், இனிமையும் கொண்டவை. குறைந்த படிப்பறிவு

கொண்டோரும் பொருளுணர்ந்து கொள்ளும் அருமையும் பெற்றுத் திகழ்வன. சாயபு மரைக்காயரின் பாடல்கள் அனைத்து மனங்களையும் பற்றிக் கொள்ளும் தன்மை படைத்தவை!

'மனோன்மணிக்கும்மி', 'உபதேசக் கீர்த்தனம்', 'மும்மணிமாலை', 'காரை மஸ்தான் காரணக் கீர்த்தனப்பா', முதலிய நூல்கள் அமுதகவிராயரின் தமிழாற்றலையும், இறையுணர்வையும் தெளிவாகப் புலப்படுத்துகின்றன. அவரது பாடல்கள் சந்தச் சீர்மையும், சொற்களின் கூர்மையும், எந்த மனத்தையும் வயப்படுத்தும் ஆற்றலையும் பெற்றவையாகும். அவரது கவிதைகளை ஒருமுறை படித்தால் போதும் அப்படியே கல் எழுத்தாய் உள்ளத்தில் பதிவாகிவிடும்.

சித்த மருத்துவம், யுனானி மருத்துவம் முதலியவற்றில் சிறந்து விளங்கினார் அமுதகவி. மானுட நேயத்துடன் ஏழை எளிய மக்களுக்கு இலவசமாகத் தம் மருத்துவ திறத்தைப் பயன்படுத்தினார். மருத்துவத் துறையின் பல நுட்பங்களையும், கண்டுபிடிப்புகளையும் அறிந்திட, பல நூல்களை, நாட்டின் பல்வேறு பகுதிகளிலிருந்தும் வரவழைத்துப் படித்து தமது மருத்துவ அறிவை நாளும் விரிவுபடுத்திக் கொண்டேயிருந்தார். எளிய வைத்திய முறையால், கடுமையான நோய்களையும் போக்கிடும் இயல்புடையவர்.

அமுதகவி சாயபு மரைக்காயர் தமிழ்மொழிக்கும், இசுலாம் நெறிக்கும் பெருந்தொண்டாற்றித் தமது எழுபத்திரண்டாம் வயதில் 1950ஆம் ஆண்டு இயற்கை எய்தினார். தமிழ் இலக்கிய வரலாற்றில் 'அமுதகவி'யின் தமிழ்ப் பணி சிறப்பிடம் பெற்றுத் திகழும்.

○○○

31

வள்ளல் சி. அப்துல் ஹக்கீம் சாஹீப்

ஈகை குணம், மார்க்கப் பற்று, மத நல்லிணக்கம், மனிதநேயம், சுயமரியாதை ஆகியவற்றில் இன்றைய இளைஞர்களுக்கு வழிகாட்டுபவர் சி. அப்துல் ஹக்கீம் சாஹீப்.

சி. அப்துல் ஹக்கீம் சாஹீப் அவர்கள் 1863ல் ஆற்காடு மாவட்டத்தில் பிறந்தார். இவரது பூர்வீகம் தஞ்சை மாவட்டத்தில் உள்ள அய்யம்பேட்டையாகும். மூன்றாம் வகுப்பு மட்டுமே படித்த சாஹீப் முஸ்லீம்களின் கல்வி வளர்ச்சியில் பெரும் அக்கறை காட்டினார்.

1965ல் மேல் விஷாரத்தில் ஒரு கல்லூரியைத் தொடங்கினார். அதை அப்போது திறந்து வைத்தவர் அன்றைய சென்னை மாகாண முதல்வர் பக்தவச்சலம்.

இது தவிர தமிழகத்தின் பல பள்ளி மற்றும் கல்லூரிகளுக்கு ஏராளமான நிதி உதவிகளை வழங்கியுள்ளார்.

சென்னை அங்கப்பன் நாயக்கன் தெருவில் பள்ளி நடத்தி வந்த இந்துப் பெண் இவரிடம் உதவியை நாடி வந்த போது, அந்த பகுதியிலிருந்த தனது மகனின் வீட்டை காலி செய்யச் சொல்லி, அதை அவர்களுக்கு வழங்கினார். அங்கு அந்தப் பள்ளிக்கூடம் தொடர்ந்து நடக்க வழி செய்தார். அந்த பள்ளியே சி. அப்துல் ஹக்கீம் இந்து முஸ்லீம் பள்ளி என்ற பெயரில் பின் நாளில் அப்பகுதி மக்களால் அழைக்கப்பட்டது.

இது மட்டுமல்லாது இஸ்லாமியப் பணியிலும் சாஹிப் அவர்கள் வாரி வழங்கினார். வேலூர் பாகியாதுஸ் ஸாலிஹாத் மார்க்கக் கல்லூரிக்கு ஒரு லட்ச ரூபாய். உம்ராபாத் மத்ரஸா தாருல் உலூமுக்கு 50,000 ரூபாய்.

வாணியம்பாடி முஸ்லிம் சங்க வருமானத்துக்குச் சென்னை பெரிய மேட்டில் ஆறு கிடங்குகள். மேல்விஷாரம் உயர்நிலைப்பள்ளிக்குக் கட்டிடம், மேலும் அதன் வருமானத்திற்காக சில கட்டிடங்கள்.

ஆம்பூர் மஸ்ஹருல் உலூம் உயர்நிலைப் பள்ளிக்காக ஒரு அங்காடி வாங்கி அப்துல் ஹகீம் அங்காடி என்ற பெயரில் வக்ஃபு செய்தார்.

திருவல்லிக்கேணி முஸ்லிம் உயர்நிலைப் பள்ளியின் கட்டிடம்.

கட்டாக்கில் உள்ள தேசியக் கல்லூரிக்கு 25000 ரூபாய்.

பெங்களூர் அநாதை விடுதிக்கும், உயர்நிலைப் பள்ளிக்கும் நிதி, அதன் சார்மினார் மஸ்ஜிதுக்கு நிதி.

பல சிற்றூர்களிலும் பள்ளிகள்.

சேலத்தில் ஒரு பள்ளிவாசல்.

குடியாத்தத்தில் ஒரு பெரிய பள்ளிவாசல்.

மைசூர் பெரிய பஜாரில் ஜாமிஆ மஸ்ஜித்.

ஆற்காடு அப்துல் ஹகீம் போர்டு உயர்நிலைப் பள்ளி மாணவர்களுக்கு அரைச் சம்பள உதவி என இவரது உதவிப் பட்டியல் மிக நீண்டது.

சாகிப் அவர்கள் அரசியலிலும் ஆர்வம் கொண்டிருந்தார். காங்கிரஸ் கட்சியிலும் கிலாபத் இயக்கத்திலும் தீவிரமாகப் பங்கெடுத்துக் கொண்டார். அதுமட்டுமின்றி முஸ்லிம் லீக்கிலும் முக்கியப் பொறுப்புக்களில் உறுதியோடு செயல்பட்டார். இவரது அரசியல் வாழ்வில் 1936இல் இவர் தொடங்கிய "முஸ்லிம் முற்போக்கு கட்சி" இவர் மீது விமர்சனம் வரக் காரணமாகியது.

தமிழ் இலக்கியத்திலும் இவர் தடம் பதித்தார். காங்கிரஸ் கட்சி நடத்திய போராட்டங்களில் பங்கு கொண்டு சிறை சென்ற காலங்களில், அவர் சிறையிலிருந்து எழுதிய 'நேர்வழியின் விளக்கம்' மற்றும் 'நேர்வழி காட்டும் நூல்' ஆகிய இரு நூல்கள் தமிழில் சமூகத்தால் வெகுவாகப் பாராட்டப்பட்ட நூல்களாகும்.

1938 புனித ஹஜ் பயணம் மேற்கொள்ள சென்னை வந்திருந்த சாகிப் அவர்கள் நிமோனியா காய்ச்சலால் உயிரிழந்தார்.

"இந்து முஸ்லீம் ஒற்றுமைக்குப் பாடுபட்ட ஒரு உன்னத மனிதரை நாடு இழந்து விட்டது. கல்விக்காகவும், சமூக நலனுக்காகவும் அயராது பாடுபட்ட ஒரு பெருமகனை நாடு இழந்துவிட்டது" என இந்து நாளிதழ் அவருக்கு இரங்கல் கட்டுரை வெளியிட்டது. (28.1.1938)

"தர்மம் குடை சாய்ந்தது" எனச் சுதேசமித்திரன் அவரது இறப்பையொட்டி தலையங்கம் தீட்டியது.

அதேபோல் இந்திய அரசின் அஞ்சல் துறை 2012 ஆம் ஆண்டு சிறப்பு அஞ்சல் உறை ஒன்றை இவருக்காக வெளியிட்டது.

ooo

32

நாகப்பட்டினம்

நாகப்பட்டினம் காயிதே மில்லத் மாவட்டம் பண்டைய பெருமையையும் பல்வேறு சிறப்புகளையும் கொண்டது.

கி.பி மூன்றாம் நூற்றாண்டு துவங்கி இப்பகுதியில் கடல் வாணிகம் சிறந்திருந்ததையும் மக்கள் செழிப்புற வாழ்ந்திருந்ததையும் வரலாற்றுக் குறிப்புகளில் காண முடிகிறது. துறைமுகப் பட்டினமாகிய நாகப்பட்டினத்தை அடுத்துள்ள நாகூரின் வரலாறு தனித்தது அல்ல. மாறாக வடநாகை என்றே பேசப்பட்டு வந்தது என்றாலும், தனித்த நாகூரின் வரலாறு சிறப்புக்குரியதாகத் தொடங்கியது பதினைந்தாம் நூற்றாண்டின் பிற்பகுதியில்தான் எனலாம்.

இஸ்லாமிய சமயப் பிரச்சாரம் செய்து இங்கு வந்து தங்கிய இறைநேசச் செல்வர், ஹஜ்ரத் செய்யிது அப்துல் காதிர் ஷாஹுல் ஹமீது மீரான் சாஹிபு ஆண்டகை அவர்களின் வருகையைத் தொடர்ந்து இவ்வூரின் வரலாறு வெளிச்சத்திற்கு வந்தது.

நாகூர் நாயகம் அவர்களின் வருகைக்கு முன்பே இந்தப் பகுதியில் முஸ்லீம்கள் பரவலாக வாழ்ந்தார்கள், அதே நேரத்தில் ஹஜ்ரத் ஆண்டகை அவர்களின் நாகூர் வருகைக்குப் பின்னர் அவர்கள் பல்கிப் பெருகினார்கள்; பெருவாழ்வு வாழ்ந்தார்கள். நாகூர் நாயகம் அவர்களின் வருகைக்கு முன்பு வாழ்ந்திருந்த முஸ்லிம்கள் கடல் வாணிகம்

புரிபவர்களாக வாழ்ந்தார்கள் என்பதை உணர்த்தும் அழியாத சான்றுகளாக அன்றைய முஸ்லீம்கள் தங்களது பெயருக்குப் பின்னால், செய்யும் தொழிலைக் குறிக்கும் வகையில் மரைக்காயர், மாலுமியார், நகுதா, செறாங்கு என்றெல்லாம் இணைத்துக் கொண்டனர் என்பதைக் கொள்ளலாம். இன்றும் வாழையடி வாழையாக மரைக்காயர், மாலுமியார் நகுதா, செறாங்குகள் வாழ்ந்து கொண்டிருக்கிறார்கள்.

குஞ்சாலி மரைக்காயர் தெரு, மகதூசா மாலுமியார் தெரு, ஒலிசா செறாங்கு சந்து என்றெல்லாம் பெயர் விளங்க வாழ்ந்துள்ளார்கள். அன்றைய முஸ்லிம்களின் வணிகம் சிறந்திருந்தது, வாழ்வு செழித்திருந்தது என்பதை அறிந்திட முடிகிறது.

நாகூர் ஆண்டகை மீரான் சாஹிபு அவர்களின் வருகைக்குப் பின்னர் ஏறத்தாழ இரண்டு நூற்றாண்டுகளுக்குப் பின்னர் பதினேழாம் நூற்றாண்டின் பிற்பகுதியில் நாகூர்த் தமிழ் முஸ்லிம் புலவர்கள் பிறந்தார்கள், புலமையில் சிறந்தார்கள். தமிழ் இலக்கிய உலகிற்கு ஒரு பொற்காலம் அமைத்திட புதிய அத்தியாயம் துவங்கியது.

பதினெட்டாம் நூற்றாண்டில் நாகூர் முஸ்லிம் தமிழ்ப் புலவர்கள் எண்ணிக்கையில் இருபதுக்கும் மேற்பட்டவர்கள் ஒரே காலத்தில் வாழ்ந்திருக்கிறார்கள். இது இலக்கியவாதிகளுக்கு இனிக்கும் செய்தி. எழுதப்படும் வரலாற்று நூல்களில் இடம் பெற வேண்டிய குறிப்பு.

ஒரே காலத்தில் வாழ்ந்த புலவர் பெருமக்களில் சிலர் மொழிப் புலமையும், சமய அறிவும் ஒரு சேரப் பெற்றிருந்தனர். வேறு சிலர் தமிழோடு பிறமொழி ஞானம் பெற்று பன்மொழிப் புலவர்களாக உலா வந்துள்ளனர். மற்றும் சிலர் மறைமொழியான அரபியில் ஆழ்ந்த அறிவும் ஆன்மீகத் துறையில் தேர்ந்த பக்குவமும் பெற்று திகழ்ந்திருக்கிறார்கள்.

இவர்களுள் வணிகம் புரிந்து பொருள் குவித்த வித்தகர்களும் உண்டு. மொத்தத்தில் நாகூர் தந்த நற்றமிழ்

புலவர்களின் அறிவு, ஆற்றல், படைப்புத் திறன், கற்பனை வளம், மற்றவர்களை மிஞ்சக் கூடியதாகவும் விஞ்சக் கூடியதாகவும் இருந்த உண்மையை மெய்ப்பிக்க இன்றும் நம்மிடையே உள்ள இலக்கியச் செல்வங்கள் போதியனவாகும். அவர்களின் இலக்கியப் பணி ஒட்டு மொத்த தமிழ் சமுதாயம் எண்ணி மகிழத்தக்கவை. ஏற்றம் பெற்ற நிலையினை எடுத்துரைப்பவை.

நமக்கு இப்போது கிடைக்கப்பெற்றுள்ள ஆதாரங்களை அடிப்படையாகக் கொண்டு அன்றைய புலவர்களின் பெயர் பட்டியல் அமைகிறது. இதுவே அறுதியிட்ட முடிவு என்று சொல்ல முடியாது. நமது கவனத்திற்கு வராமல் சிலர் விடுபட்டிருக்கக் கூடும் என்றாலும் இப்போதைக்கு இதனை நிர்ணயிக்கப்பட்ட முடிவாகக் கொள்வது தவறல்ல.

புலவர்களின் பிறப்பு, இறப்பு விவரம் தெரியாத நிலையில் அவர்களில் சிலர் இயற்றிய நூல்கள் கிடைக்காத நிலையில், முழுமையான நிறைவான விரிவான விவரங்களைத் தர இயலாது. மேற்போக்கான ஆய்வில் பெறப்படும் செய்திகளைத் திரட்டித் தரும் முயற்சி இது.

அதே நேரத்தில் எதிர்காலத்தில் எடுக்கப்படவிருக்கும் முனைப்பான முயற்சிக்குத் துணை புரியும், தூண்டுகோலாக அமையும் என்கிற நம்பிக்கையின் பிரதிபலிப்பு. அந்த வகையிலான விவரப் பட்டியல் இது. விமர்சனம் அல்ல; வரலாற்றுக் கட்டுரையும் அல்ல.

நாகூர் தமிழ் முஸ்லிம் புலவர்கள் பற்றிப் பேச முற்பட்டால் அல்லது எழுதிடத் தொடங்கினால் அறிஞர் வட்டத்தினரின் நினைவுக்கு வருபவர், நெஞ்சில் நிழலாடுபவர் வா. குலாம் காதிறு நாவலரே ஆவார். அவரை முன்னிறுத்தியே பேசவும் எழுதவும் செய்கிறோம். அவர் பற்றி அறிந்து வைத்துள்ள அளவு அந்தக் காலத்திலேயே வாழ்ந்த மற்ற புலவர்களை அறிந்து வைக்கவில்லை.

அவருடைய படைப்பு இலக்கியங்கள் கிடைக்கும் அளவில் மற்றவர்களின் படைப்பு இலக்கியங்கள் கிடைப்பதுவுமில்லை.

இவை அன்றி வா.குலாம் காதிறு நாவலர் விட்டுச் சென்ற பல்வேறு வகைப்பட்ட இலக்கியங்களோடு அண்மைய கடந்த காலம் வரை நம்மிடையே வாழ்ந்த அவருடைய ஒரே மகன் வா. முஹம்மது ஆரிபு நாவலரின் பேரன் குலாம் ஹிசைன் நாவலர் ஆகியோர் வழி அவர் வாழ்வையும் பணியையும் அறிந்திடும் வாய்ப்பு கிடைத்தது.

மற்ற புலவர்கள் சிலருடைய வழித்தோன்றல்கள் இன்றும் வாழ்கின்றார்கள் என்பது உண்மை. ஆனால் முன்னோர்கள் பற்றிய விவரம் தெரியாதவர்களாக, விரிவாகச் சொல்ல முடியாதவர்களாக இருக்கின்றார்கள். இது வியப்பிற்கும் வேதனைக்கும் உரியது. நாம் இலக்கியங்கள் வகையில் ஏழைகளாக இல்லை. ஆனால் ஏமாளிகளாக, இழப்பிற்குரியவர்களாக ஆகி விட்டோம். அதற்குரிய காரணம் நம்மவர்களின் இயலாமை அல்ல; மாறாக ஈடுபாடு இன்மையாகும்.

இன்றைக்குக் காணப்படும் எழுச்சியும் விழிப்புணர்வும் பழைய இலக்கியங்களைப் புதிப்பிக்கும் வகையில் பதிப்பிக்கும் நன்முயற்சியில் முற்பட்டிருப்பதால் அது எதிர்கால இலக்கிய உலகில் ஒளிவீசும் என்கிற நம்பிக்கையை உண்டு பண்ணி விட்டிருக்கிறது. அதற்கு உதவிடும் வகையில் நாகூர் தந்த புலவர் பெருமக்கள் பற்றிய கூரிய பார்வையில் பட்டவை இங்கே.

நாகூர் தமிழ் முஸ்லிம் புலவர்கள் 17 ஆம் நூற்றாண்டில் பிறந்தார்கள் என்றாலும் 18ஆம் நூற்றாண்டில்தான் மொழிப்பற்றுடன் கூடிய அறிவாற்றல் வெளிப்பட்டது. தமிழில் பல்வேறு வகையிலான இலக்கியங்களையும், தமிழுக்குப் புதிய வடிவங்களிலான இலக்கியங்களையும் வழங்கினார்கள். தமிழை வளர்த்தார்கள், தமிழால் வாழ்கின்றார்கள், இன்றும் கூட.

பதினெட்டாம், பத்தொன்பதாம் நூற்றாண்டுகளில் வாழ்ந்து மறைந்தவர்கள், அவர்கள் ஆற்றிய இலக்கியப்பணி பற்றிய விவரங்கள் நாம் அறிந்த அளவில் தரப்பட்டுள்ளது, அவ்வளவுதான்

1. ஆயுர்வேத பண்டிதர் வாப்பு மகன் மகா வித்வான் வா.குலாம் காதிறு நாவலர்,
2. பிச்சை நயினார் மகன் பாவகை வல்ல கல்விக்களஞ் சியம் முகம்மதுப் புலவர்,
3. நெ.மதாறு சாகிபு நகுதா மகன் பெரும்புலவர் நெயினா மரைக்காயர்,
4. கி.அப்துல் காதிர் சாகிபு மரைக்காயர் மகன் மதுரகவி வாருதி செவத்த மரைக்காயர்
5. இபுறாகிம் லெப்பை மரைக்காயர் மகன் இ.கிதுறு முகம்மது மரைக்காயர்
6. மீறா லெவ்வை மரைக்காயர் மகன் அல்லி மரைக்காயர்
7. முகம்மது உசேன் சாகிபு மரைக்காயர் மகன் மு.செவத்த மரைக்காயர்
8. மு.ஆக்கின் சாகிபு நகுதா மகன் முகியுத்தீன் அப்துல் காதிறுப் புலவர்
9. செய்கு சுல்தான் சாகிபு மரைக்காயர் மகன் குலாம் முகம்மது சாகிபு மரைக்காயர்.
10. அ.தம்பி சாகிபு மரைக்காயர் மகன் சீரியர் செவத்த மரைக்காயர்
11. பகீர் முகியித்தீன் மகன் வாஞ்சூர் பகீர்
12. யூ.சின்னத் தம்பி மரைக்காயர் மகன் யூ.சி.பக்கீர் மஸ்தான்
13. ப.கலீபா சாகிபு மகன் பகீர் முகியித்தீன்
14. முகம்மது நயினா ராவுத்தர் மகன் 'தரகு' நாகூர்க் கனி ராவுத்தர்
15. ஆதம் சாகிபு மகன் முகம்மது முகியுத்தீன் சாகிபு
16. தம்பி மாமா மரைக்காயர் மகன் முகம்மது அலி மரைக்காயர்

17. சி.யூசுபு மகன் வாஞ்சூர் பகீர் 18. ச.அப்துல் காதிர் நயினா மரைக்காயர் மகன் முகம்மது முஹிய்யித்தீன் மரைக்காயர்

19. மீ. செய்கு சுல்தான் சாகிபு மரைக்காயர் மகன் குலாம் முஹம்மது சாகிபு மரைக்காயர்

20. முகம்மது அலி மரைக்காயர் மகன் முகம்மது இமாம் கஸ்ஸாலி மரைக்காயர்

21. கோ.மு. முகம்மது நைனா மரைக்காயர் மகன் (காரைக்கால்) கோசா மரைக்காயர்.

22. சு.பகீர் முகியித்தீன்

23. செ.கமீது மஸ்தான்

24. ம.முகம்மது மீறா சாகிப் புலவர்.

25. தளவாய் ம. சின்னவாப்பு மரைக்காயர்.

26. கா. பெரிய தம்பி நகுதா

27. க.காதிறு முகியித்தீன் சாகிபு

28. இ.செய்யது அகமது

29. மு.சுல்தான் மரைக்காயர்

30. வா.முகம்மது ஹூஸைன் சாஹிபு மகன் மு.ஜெய்னுல் ஆபிதீன் (புலவர் ஆபிதீன்)

31. பண்டிட் எம்.கே.எம் ஹூஸைன்

32. வா.கு. முஹம்மது ஆரிபு புலவர்

33. வா.கு.மு.குலாம் ஹிஸைன் நாவலர்.

இவர்களுள் காலத்தால் முந்தியவர் முதன்முதலில் இலக்கியம் படைத்தவர் பிச்சை நயினார் மகன் முகம்மதுப் புலவர். ஆனால் அதிக எண்ணிக்கையிலான பல்வேறு வகைப்பட்ட இலக்கியங்கள் படைத்தளித்தவர் வா.குலாம் காதிறு நாவலர் ஆவார். அவருடைய ஆக்கங்களில் செய்யுள்களானவையும் உண்டு. உரை நடைகளிலானவையும் உண்டு. கூடவே மொழிபெயர்ப்பு நூல்களும் உண்டு.

அந்த வகையில் நாகூர் முஸ்லீம் தமிழ்ப் புலவர்களில் அவரைத் தலைமைப் புலவராகக் கொள்வதும் கொண்டாடி மகிழ்வதும் மிகச் சரியான செயலாகும். 'தண்டமிழுக்குத் தாயாகிய நான்காம் தமிழ்ச் சங்கத்தின் நக்கீரர் அல்லவா அவர்! நாவலர் குலாம் காதிரின் படைப்புகள் பட்டியல் இப்படி விரிகிறது.

1. 'பிரபந்தத் திரட்டு' சச்சிதானந்தன் பதிகம், இரட்டை மணிமாலை, முனாஜாத்து, திருநாகை யமகபதிற்றந்தாதி, நாகைப் பதிகம், முனாஜாத்து ஆகியவை அடங்கிய அழகிய கவிதைகளின் கோவை ஹிஜ்ரி 1292ஆம் ஆண்டு காரைக்கால் முகம்மது ஸமதானி அச்சுக் கூடத்தில் அச்சிடப்பட்டது.

2. 'நாகூர்க்கலம்பகம்' நாகூர் ஆண்டகை ஹலரத் மீரான் சாஹிபு அவர்கள் சிறப்பு விவரிப்பது. கி.பி. 1878ல் வெளிவந்தது.

3. 'முகாசபா மாலை' நாகூர் நாயகம் அவர்களின் கனவில் நிகழ்ந்த விண்ணேற்ற நிகழ்ச்சிகள் குறித்த குறுங்காவியம். 13 படலங்கள் 300 பாடல்கள் கொண்டது. முதற்பதிப்பு 1899ஆம் ஆண்டு காரைக்கால் முகம்மது ஸமதானி அச்சகத்தில் அச்சிடப்பட்டது. இரண்டாம் பதிப்பு 1883ஆம் ஆண்டு இலக்கியச் செல்வர் எம்.செய்யது முஹம்மது 'ஹஸன்' அவர்களால் சென்னை, மில்லத் பிரிண்டர்ஸ் மூலம் வெளியிடப்பட்டது.

4. 'குவாலியர்க் கலம்பகம்' ஹலரத் முகம்மது கௌது குவாலீரீ அவர்களைப் பாட்டுடைத் தலைவராகக் கொண்டு 101 பாடல்கள் 1882ல் அச்சில் வந்தது. 5. 'திருமக்காத் திரிபந்தாதி' மக்கா நகரின் சிறப்பு கூறும் 100 பாடல்கள் கொண்டது. 1895ஆம் ஆண்டு யாழ்ப்பாணம் வச்சிரயந்திர சாலையில் அச்சிடப்பட்டது. 6. 'நாகூர்ப் புராணம்' ஹஜரத் சாஹுல் ஹமீது பாதுஷா நாயகம் அவர்களின் வாழ்வு சிறப்பு கூறுவது. மலடு தீர்த்த படலம், சித்திரக் கவித் திரட்டு உட்பட 30 படலங்கள் 1359 விருத்தங்கள். 1893ஆம் ஆண்டு ம.முகம்மது நயினா மரைக்காயர் பதிப்பு.

7. ஹலரத் செய்யிது அஹமது கபீர் ரிபாயி ஆண்டகை அவர்களின் வரலாறு. நூறுல் அஹ்மதிய்யா என்னும் அரபி நூலின் தழுவல். 2 காண்டங்கள் 43 படலங்கள் 2373 விருத்தங்கள். 1896ஆம் ஆண்டு பதிப்பிக்கப்பட்டது 'ஆரிபு நாயகம்'.

8. 'பகுதாதுக் கலம்பகம்' ஹலரத் கௌது நாயகம் முஹ்யித்தீன் அப்துல் காதிர் ஜீலானி அவர்கள் அடங்கியுள்ள பகுதாது நகர் சிறப்பு கூறும் 101 பாடல்கள். 1894ஆம் ஆண்டு சென்னை ஆறுமுக விலாச அச்சுக் கூடத்தில் அச்சிடப்பட்டது.

9. 'பதாயிகுக் கலம்பகம்' ஹலரத் செய்யிது அஹ்மது கபீர் ரிபாயி ஆண்டகை அவர்கள் அடங்கியுள்ள பதாயிகு நகர் சிறப்பு உரைக்கும் 101 பாடல்கள் கொண்டது. 1900ல் அச்சில் வந்தது. 1901ஆம் ஆண்டு மதுரையில் நிறுவப்பட்ட நான்காம் தமிழ்ச்சங்கத்தின் பெருமைகள் உரைக்கும் நூல்

(10) மதுரைத் தமிழ்ச் சங்கத்துப் புலவராற்றுப் படை. இதன் முதற்பதிப்பு 1903ஆம் ஆண்டும் மறுபதிப்பு 1968லும் வெளிவந்தது. பதிப்பித்தவர் இலக்கியச் செம்மல் டாக்டர். ம.மு.உவைஸ் (இலங்கை). நாகூர் தறுகா ஷரீப் சிறப்புகளை 100 பாடல்களில் விவரிப்பது

(11) 'தறுகா மாலை' நாவலர் குலாம் காதிறு மகன் வா.கு. முஹம்மது ஆரிபு நாவலர் 1928ஆம் ஆண்டில் மூன்றாம் பதிப்பை வெளியிட்டுள்ளார். முதல் மற்றும் இரண்டாம் பதிப்புகள் வெளிவந்த காலங்கள் குறிப்பிடப்படவில்லை.

12. 'மும்மணிக் கோவை'. 13. 'மக்காக் கோவை' 14. 'மதினாக் கலம்பகம்'. 15. பகுதாதுய மக அந்தாதி 16. 'சச்சிதானந்த மாலை' 17. 'சமுத்திர மாலை' 18. 'மதுரைக் கோவை' 19. 'குரு ஸ்தோத்திர மாலை' 20. 'பத்துஹூல் மிஸிர் பஹனஷாப் புராணம்'.

நாகூர் நாயகம் அவர்களின் அற்புத வரலாற்றை அழகிய தமிழ் உரை நடை நூலாகத் தந்தார். அந்நூல் (21) 'கன்ஜுல் கறாமத்து' எனும் பெயரில் அச்சில் வந்தது. காலம் 1902.

22. சீறாப்புராண வசனம் 23. திருவணி மாலை வசனம் 24. ஆரிபு நாயகம் வசனம் 25. சீறா நபியவதாரப் படல உரை 26. சீறாநபியவதாரப் படல உரை கடிலக நிராகரணம்.

27. நன்னூல் விளக்கம் 28. பொருத்த விளக்கம் 29. இசை நுணுக்க இன்பம் 30. அரபித்தமிழ் அகராதி 31. மதுரைத் தமிழ் சங்க மான்மியம் அதிரை நவரத்தின கவி காதிறு முஹ்யித்தீன் அண்ணாவியரின்

(32) 'பிக்ஹூ மாலை' உரை முதற் பதிப்பு 1890ம் ஆண்டில் வெளி வந்தது. அந்நூலின் இரண்டாம் பதிப்பை 1990 ஆம் ஆண்டு புலவர் அ.முஹம்மது பஷீர் வெளிக் கொணர்ந்தார். நாகூர் பெரியார் முஹ்யித்தீன் பக்கீர் சாஹிபு காமில் என்கிற செய்யது அப்துல் வஹ்ஹாப் ஆலிம் அவர்களின் (33) 'தறீக்குல் ஜன்னா (ஹி 1335). இலக்கணக் கோடாரி பேராசிரியர் திருச்சி கா. பிச்சை இபுறாஹிம் புலவரின் (34) 'திருமதினத்தந்தாதி' உரை (1893).

இவை தவிர ரைனால்ட்ஸ் என்பார் ஆங்கிலத்தில் எழுதிய 'உமறு' என்னும் புதினத்தைத் தமிழாக்கி வெளியிட்டார். நான்கு பாகங்களிலான அந்நூலின் பெயர் (34) 'உமறு பாஷாவின் யுத்த சரித்திரம்'.

மலேயா (இன்றைய மலேசியா) திருநாட்டின் அழகு நகர் பினாங்கு. அங்கு நாவலர் குலாம் காதிறு இதழாசிரியராக புகழ் குவித்தார். 'வித்தியா விசாரிணி' என்னும் பெயரில் இதழ் நடத்திய காலம் 1888 ஆம் ஆண்டு.

தொட்ட துறை அனைத்திலும் துலங்கிய திறன், ஆழ்ந்த புலமையின் வெளிப்பாடு மெச்சத்தக்க வகையில் இருந்தமையால் குலாம் காதிறு புகழ் முகட்டில் வாழ்ந்தார். 28.1.1908ல் அவர் மறுமைப்பேறு பெற்றார். தமிழ் கூறு நல்லுலகுக்கு ஈடு செய்ய முடியாத இழப்பு அது.

அடுத்த நிலையில் வைத்து எண்ணத்தக்க, ஏற்றமிகு புலவர் பிச்சை நயினார் மகன் பாவகை வல்ல கல்விக் களஞ் சியம் முகம்மதுப் புலவர். இவர் இலக்கிய உலகில் 'ஊஞ் சல் பாட்டு' புகழ் புலவராகப் பேசப்படுபவர். அவருடைய

பிற ஆக்கங்களாகக் குறித்து வைத்துள்ள விவரப்படி (1) 'கேசாதி பாத மாலை' (2) 'முகியித்தீன் புராணம்' ஆகிய இரண்டு நூல்கள் மட்டும். ஆனால், முகம்மதுப் புலவரின் இலக்கியப் பணி அத்துடன் நின்றிடவில்லை. அவர் ஆற்றிய பணி விரிவானது. அழகும் ஆழமும் கொண்டது.

அவரது படைப்புகளில் குறிப்பிடத்தக்க ஒன்று (3) புதூகுச்சாம்மென்னும் வசன காவியம். 1879ஆம் ஆண்டு காரை முஹம்மது மைதானி அச்சகத்தில் அச்சிடப்பட்டது. மற்றொன்று (4) நாகூர் கலறத் மீரான் சாகிபு ஆண்டவர்கள் பேரில் 'பிள்ளைத் தமிழ்' ஹிஜ்ரி 1291 அச்சில் வந்தது. நாகூர் நாயகம் அவர்கள் பேரில் வந்துள்ள பிள்ளைத்தமிழ் நூல்களின் எண்ணிக்கை இதனைச் சேர்த்து எட்டு. இனிக்கும் தமிழ் இலக்கியங்களில் இது ஒன்று.

நாகூர் புலவர்களுள் சிறப்புக்குரிய ஒருவர் கி. அவு.செவத்த மரைக்காயர். இவருடைய ஆக்கங்களில் (1) 'மும்மணிக் கோவை' (2) 'உயிர் வருக்கக் கோவை' ஆகிய நூல்கள் ஹிஜ்ரி ஆண்டு 1311ல் காரைக்கால் இந்தியக் காவலன் அச்சியந்திர சாலையில் அச்சிடப்பட்டவை. 'வருக்கக் கோவை' காரைக்காலில் அடங்கியுள்ள இறைநேசச் செல்வர், ஆரிபுல்லா காமில் ஒலியுல்லா, ஹலரத் மஸ்தான் சாஹிபு அவர்கள் பெயரால் அமைந்த பாடல்கள் நிரம்பியது.

மற்ற நூல்களில் பார்வையைக் கூர்மையாக்கும் வகையில் அமைந்த 'பயணக் கவிதை' நூல், அதுவும் கடல் கடந்த நாட்டில் அச்சிட்ட நூல், 'மலாக்காப் பிரதேசத் திரட்டு'. இன்றைய மலேஷியவின் பெருநகர்களில் ஒன்றான 'மலாக்கா'வை அடுத்துள்ள 'புலாவ் பெஸார்' தீவில் அடங்கியுள்ள இறைநேசச் செல்வர், ஹலரத் செய்குணா, செய்கு இஸ்மாயில் வலியுல்லா அவர்களின் 'ஜியாரத்' முடித்து வந்த பயணம் பற்றிய நூல். ஹலரத் செய்கு இஸ்மாயீல் வலியுல்லா அவர்களின் அருட்சிறப்பு விரவி உள்ளது.

அத்துடன் புலவர் பாடிய 'இரத பந்தம்' 'அட்டநாக பந்தம்' 'இரட்டை நாக பந்தம்', 'கமல பந்தம்' ,'சித்திரக்

கவி' ஆகியவை இடம் பெற்றுள்ளது. அடுத்து, மலேஷியத் திருநாட்டில் நடைபெறும் என்று அறிவிக்கப்பட்ட அனைத்துலக இஸ்லாமியத் தமிழ் இலக்கிய மாநாட்டின் போது வெளியிடப்படும் நூல்களில் கி.அவு.செவத்த மரைக்காயரின் 'மலாக்காப் பிரவேசத் திரட்டு', மற்றும் கோ.மு.கோசா மரைக்காயர் படைப்புகளில் ஒன்றான 'பினாங்கு உற்சவ திருவலங்காரச் சிந்து' ஆகிய நூல்கள் இடம் பெற வழிவகை காண வேண்டும். முனைப்பான முயற்சியில் ஈடுபட்டு, வரலாறு படைக்கவிருக்கும் மலேஷியாத் தமிழ் முஸ்லீம்கள் பயன் விளையும் பணிகளில் கவனம் செலுத்துவார்கள்.

நாகப்பட்டினம் கஞ்சசவாய் பிரஸில் ஹிஜ்ரி 1321 ஆம் ஆண்டு அச்சிடப்பட்ட 'கந்தூரி திருவலங்காரச் சிந்து அலங்காரக் கும்மி' என்னும் நூலும் கி.அவு. செவத்த மரைக்காயர் ஆக்கமேயாகும். நாகப்பட்டினத்திற்கும், வேளாங்கண்ணிக்கும் இடையிலுள்ள பாப்பாவூரில் அடங்கியுள்ள இறைநேசச் செல்வர், ஹலரத் ஸையிதினா ஹாஜா செய்யிது அலாவுத்தீன் வலியுல்லா அவர்களின் பேரில் திருவிழா திருவலங்காரச் சிந்து, நாகப்பட்டினத்தில் அடங்கியுள்ள ஹலரத் ஸையிதினா சைய்யிது இபுனு மஸூத் வலியுல்லா அவர்களின் பேரில் இன்னிசை ஆகியவை உள்ளடங்கிய அழகிய படைப்பு.

அவரது மற்றொரு நூல் சென்னை திருவல்லிக்கேணியில் அடங்கியுள்ள ஹலறத் செய்குனா செய்குல் மஷாயிகு செய்கு அப்துல் காதிறு சாகிபு ஆரிபு அவர்கள் பேரில் சரமாசிரிய விருத்தம். கலித்துறை இன்னிசை பதங்கள் கொண்ட நூல் 'பதங்கள்' என்னும் நூலுருவில் வெளிவந்தது. காரைக்கால் முகம்மது சமதானி அச்சகத்தில் 1896ஆம் ஆண்டு அச்சிடப்பட்டது.

ஒரே காலத்தில் மூன்று புலவர்கள் செவத்த மரைக்காயர் என்ற பெயருடன் வாழ்ந்திருக்கின்றார்கள். மூவரும் புலவை மிக்க மும்மணிகளாகத் திகழ்ந்திருக்கின்றார்கள். அவர்களுள் அ.தம்பி சாகிபு மரைக்காயர் மகன் த.செவத்த மரைக்காயர்

சீரியர். இவர் நூலாசிரியர் இதழாசிரியர் ஆக இனிய இலக்கியப் பணி புரிந்தவர். அவர் வெளிக் கொணர்ந்த இதழ் 'சீரிய சூரியன்'. நாகூர் புலவர்களிடையே நிலவிய கருத்து வேறுபாடுகளை வெளி உலகுக்கு எடுத்துக் கூறும் வகையில் இதன் பணி தொடர்ந்தது. முன்னோடி இதழ்களில் இது ஒன்று.

த. செவத்த மரைக்காயர் சீரியரின் புலமைக்குச் சான்று கூறும் அவரது 'திருமக்காக் கோவை, மக்கா நகரின் சிறப்பு, மாநபி நாதர்(ஸல்) அவர்களின் மாண்பு விரித்துரைக்கும் அகப் பொருள் பாடல் 437 கொண்டது. அவருடைய தலையாய இலக்கியப் பணியாக இதனைக் குறிப்பிட வேண்டும். திருமக்காக் கோவையின் உள்பக்கத்தில் காணப்படும் குறிப்பை அவரது மற்ற நூல்கள் பற்றிய விவரமாக எடுத்துக் கொள்ளலாம்.

அவை (1) 'தர்காக் கோவை' (2)'ஜைலான் மும்மணிக் கோவை' (3)'பகுதாதுக் கலம்பகம்' (4) 'ஆரிபு பிள்ளைத் தமிழ்' (5) 'பார்ப்பாரூர் யமக நூற்றந்தாதி' (6) 'தந்தையந்தாதி' (7) 'மாணிக்கபூர் மாணிக்க மாலை' (8) 'கீர்த்தனாச் சாரம்' (9)'குருமணி மாலை' (10) 'திருப்பா' (11) பதஉரை, பொழிப்புரை விரிவுரையுடன் கூடிய 'குத்பு நாயகம்' (12) 'மெஞ்ஞானத் தீர்மானம்' ஆகிய பனிரெண்டு. இவற்றுள் 'பகுதாதுக் கலம்பகம்' அச்சிடப் பட்டுள்ளதாகத் தெரிகிறது.

இப்பட்டியலில் குறிப்பிடாத ஒன்றான 'திருமணிமாலை வசனம் பார்க்க விசனம்' என்னும் சிறுநூலும் வெளிவந்துள்ளது. மற்றவை அனைத்தும் அச்சில் வந்தனவா என்பதுவும் அப்படி அச்சிடப்பட்டிருந்தால் எப்போது வந்தது என்பதும் தெரியவில்லை. அத்தனையும் அச்சில் வந்திருப்பின் நாகூர்ப் புலவர்களில் குலாம் காதிறு நாவலருக்கு அடுத்த நிலையில் வருபவர் த. செவத்த மரைக்காயர் ஆவார்.

முஸ்லீம் தமிழ்ப் புலவர்களில் முத்தமிழ் வித்தகர் நெ.மதாறு சாகிபு மகன் பெரும்புலவர் முகம்மது நயினா மரைக்காயர் எனலாம். அவர்க்குப் புகழ் சேர்த்த அவரது படைப்புகள் (1) 'தேவார மஞ்சரி' (2) 'புகழ்ப்பா மஞ்சரி' (3)

'கீர்த்தன மஞ்சரி' ஆகியவை. அவரது ஆழ்ந்த தமிழறிவுக்கும், புலமை செறிவுக்கும் இசைஞானத்திற்கும் பதச் சோறாக 'லால் கௌஹர்' நாடகத்தைக் கூறலாம். இவ்வட்டாரப் பேரூர்களில் மேடை நாடகமாக நடிக்கப்பட்டுச் சிறப்பு சேர்த்தது.

நாடக நூலினை வா.குலாம் காதிறு நாவலர் பதிப்பித்தார். முதற்பதிப்பு காரைக்கால் முகம்மது சமதானி அச்சகத்திலும் இரண்டாம் பதிப்பு 1901ல் சென்னை இட்டா பார்த்தசாரதி அச்சுக் கூடத்திலும் அச்சிடப்பட்டது. கடந்த ஆண்டு (1990) டிசம்பர் திங்கள் கீழக்கரையில் சீரோடும் சிறப்போடும் நடைபெற்ற அனைத்துலக இஸ்லாமியத் தமிழ் இலக்கிய மாநாட்டை ஒட்டி 'லால் கௌஹர்' நாடகம் மூன்றாம் பதிப்பு வெளியிடப்பட்டது. பதிப்பித்தவர் பேராசிரியர் டாக்டர் சே.மு.முஹம்மது அலி. (வெளியீடு சென்னை சுலைமான் ஆலிம் அறக் கட்டளை.)

பெரும்புலவர் முகம்மது நயினா மரைக்காயர் வண்ணம், இன்னிசை, சித்திரக் கவிகள் பாடியுள்ளார். அத்துடன் அன்றைய வணிகர்களுக்குப் பயன்தரக்கூடிய வாணிபக் குறியீட்டு நூலாக 'நெயினாஸ் கோட்' வழங்கி அன்றைய தேவையை நிறைவேற்றியுள்ளார். குலாம் காதிறு நாவலர் படைப்புகளில் ஒன்றான 'சமுத்திர மாலை' முகம்மது நெயினா மரைக்காயரைப் பாட்டுடைத் தலைவராகக் கொண்டு பாடப்பட்டதாகும். சிலேடையிலான பாடல்கள் நிறைந்தது.

மூவர் வினாவிடை முறையில் பேசுவது போல் அமைந்த, இறை புகழ்ப்பாக்கள் நிறைந்த நூல் ஒன்று உண்டு. அதன் பெயர் 'மூவர் அம்மானை'. நூலாசிரியர் பெயர் மீறா லெப்பை மரைக்காயர் மகன் அல்லி மரைக்காயர். 'மூவர் அம்மானை' 1873ஆம் ஆண்டிலும் இரண்டாம் பதிப்பு 1876ஆம் ஆண்டிலும் மூன்றாம் பதிப்பு 1878ஆம் ஆண்டிலும் வெளிவந்துள்ளது. அந்நாளில் மூன்று பதிப்புகள் வெளியிடப்பட்ட நூல் இது ஒன்றே. அதற்கு மக்களிடையே இருந்த வரவேற்பை உணர்த்துகிறது.

மீ.அல்லி மரைக்காயர் இயற்றிய மற்ற நூல்கள் வருமாறு. (1) 'பிரபந்தக் கொத்து' (2) முகைதீன் அப்துல் காதிர் ஆண்டவர் பேரில் 'பதிற்றுப்பத்தாந்தாதி' (3) 'முனாஜாத்து' (4) 'நெஞ்சறிவுத்தல்' (5) 'அன்னம் விடு தூது' (6) வண்டு விடு தூது. பெரும்பாலும் நூல்கள் பதினொறு பாடல்கள் கொண்டது. அனைத்தும் கட்டளைக் கலித்துறை பாடல்களாக அமைந்தவை.

இவற்றை 1878ல் நாவலர் குலாம் காதிறு பதிப்பித்துள்ளார். நூல்கள் கலாரத்னாகர அச்சுக் கூடத்தில் அச்சிடப்பட்டவை. 'நெஞ்சறிவித்தல்' மார்க்க அறிவுரை கூறும் ஐந்து பாடல்களைக் கொண்டது.

செய்கு சுல்தான் சாகிபு மரைக்காயர் மகன் குலாம் முகம்மது சாகிபு மரைக்காயர் (1) 'ஹக்குப் பேரிற் பதிகம்' (2) 'நபியுல்லா பேரிற்பதிகம்', 'இமாம் ஹூசைன், இமாம் ஹஸன், முஹ்யித்தீன் ஆண்டவர்கள் ஆகியோர் பேரிற் பதிகம்' பாடியுள்ளார். அவை (3) 'துதிப்பாத் திரட்டு' என்னும் பெயரில் நூலுறு பெற்று 1876ஆம் ஆண்டு வெளிவந்தது.

க.பகீர் முகியித்தீன் நாகூர் ஆண்டகை அவர்களின் சிறப்பையும் தர்காஷரீபின் சீரையும் 44 பாடல்களில் வடித்துள்ளார். 1876ஆம் ஆண்டு பதிக்கப்பட்ட அந்நூலின் பெயர் 'நான்மணி மாலை'. இபுறாஹிம் லெப்பை மரைக்காயர் மகன் இ.கிதுறு முகம்மது மரைக்காயர் 'குதுபு' சதகம் பாடியுள்ளார். இது 1893ல் அச்சிடப்பட்டது. ப. கலிபா சாகிபு மகன் பகீர் முகியித்தீனின் 'கீர்த்தனா மாலிகை' 1886ஆம் ஆண்டு வெளியிடப்பட்டது.

1895ஆம் ஆண்டு மலேஷியா 'பினாங்கு' நகர் கிம் சேய்க் ஹியான் அச்சியந்திர சாலையில் அச்சிடப்பட்ட நூல் 'பினாங்கு உற்சவ திருவலங்காரச்சிந்து'. நூலாசிரியர் நாகூர் கோ.முகம்மது நைனா மரைக்காயர் மகன் கோசா மரைக்காயர். இவர் இயற்றிய நூல்கள் எட்டு. இவற்றுள் நாடகங்கள் நான்கு. முறையே (1) சதானந்த மாலை (2) மனோரஞ்சித சஞ்சீவி என்னுமோர் அற்புத கிஸ்ஸா (3) திருக்காரைத் திருவிழாச் சிந்து (4) வைத்திய மகுடம் (5)

சராரே இஷ்க் நாடகம் (6) ஷிரீன் பரஹாத் நாடகம் (7) ஜூஹுரா முஸ்திரி நாடகம் (8) லைலா மஜ்னூன் நாடகம். இவை அச்சில் வந்த காலம், பதிக்கப்பட்ட அச்சகம் பற்றிய விவரம் தெரியவில்லை.

முத்தமிழ் வித்தகர் நெயினா மரைக்காயரின் 'லால் கௌஹர்' நாடக நூலை அடுத்து வந்ததும், அடுத்த நிலையில் வைத்து எண்ணத் தக்கதுமான நூல் 'அப்பாசு நாடகம்' ஆகும்.

நாகூர், நாகப்பட்டினம், பினாங்கு, சிங்கப்பூர் ஆகிய ஊர்களில் வழங்கிய வர்ண மெட்டுப் பாட்டுக்களின் இராகங்களில் அமைந்த நாடகத்தை இயற்றியவர் பகீர் முகியித்தீன் மகன் வாஞ்சூர் பகீர். அப்பாசு நாடகம் 1892ல் அச்சேறியது. ஆங்காங்கே நடிக்கப்பட்டு பரவலான புகழ் ஈட்டியது.

மு. ஆக்கீன் சாகிபு மரைக்காயர் மகன் மு.ஆ. முகையித்தீன் அப்துல் காதிறுப் புலவர் இயற்றிய 'நபியுல்லா பேரில் துவாதசக் கலித்துறை சந்தக் கும்மி' நாகை ஸ்காட்டிஸ் பிராஞ்சு அச்சுக் கூடத்தில் அச்சிடப்பட்டது. காலம் 1879ஆம் ஆண்டு. அவரது மற்றொரு நூல் 'சங்கீத கீர்த்தனா மாலிகை' சிங்கப்பூர் தீனோதய வேந்திர சாலையில் 1916ஆம் ஆண்டு அச்சேறியது.. பிறிதொரு நூல் 'நாகூர் யூசுபிய்யா மாலை 1918ஆம் ஆண்டு நாகை நீலலோசனி அச்சுக் கூடத்தில் அச்சிடப்பட்டுள்ளது.

யூ. சின்னத்தம்பி மரைக்காயரின் மகன் யூ.சி.பக்கீர் மஸ்தான் ஆக்கங்கள் மூன்று. அவை முறையே 'திருத் தோத்திர கீர்த்தனம்' 1912ல் ரங்கூன் (பர்மா) ஸ்ரீ ராமர் அச்சுக்கூடத்தில் அச்சிடப்பட்டது. 'கீர்த்தனா மஞ் சரி' 1916ஆம் ஆண்டு வெளியிடப்பட்டது. நாகை நீல லோசனி அச்சகத்தில் அச்சிடப்பட்டது. அதே ஆண்டில் வெளியிடப்பட்ட 'திருப்புகழ்' என்னும் தலைப்பிலான நூலில் இருப்பவை நாகூர் ஆண்டகை அவர்களின் பெயராலியற்றப்பட்ட நவீனாலங்கார ஜாவளிப்பதங்கள் சந்தக்கவிகள்.

ரிபாயீ தறீக்காவின் ஞான மேதைகளில் ஒருவராக விளங்கிய கு.அ.பு.ஹாஜா முஹியிதீன் ஆலிம் சாஹிபு சில நூல் எழுதியுள்ளார்.

1925ஆம் ஆண்டு அச்சில் வந்த திருவருள் கீர்த்தனம் 'முனாஜாத்துல் முன்ஜியாத்துத் திருவருள் மெஞ்ஞான கீர்த்தனம்' நாகையில் அடங்கியுள்ள ஹலறத் செய்யிதுனா செய்யிது முபாரக் வலியுல்லா அவர்கள் பெயரில் பாடப்பட்ட கீர்த்தனங்கள்.

காரைக்காலில் அடங்கியுள்ள மெய்யடியார் ஹலறாத் செய்யிதகமது ஆலிம் சாஹிபு அவர்கள் பேரில் 'முனாஜாத்துப் பதிகம்' பாடியுள்ளார். 11 பாடல்களைக் கொண்ட இந்நூல் 1939ஆம் ஆண்டு காரைக்கால் ஹூசைனிய்யா பிரசில் அச்சிடப்பட்டுள்ளது.

அதைத் தொடர்ந்து நபிகள் பெருமானார் (ஸல்) அவர்கள் திருப்பெயரால் இயற்றபெற்ற 'முனாஜாத்து' 11 ஆசிரிய விருத்தங்கள் உள்ளடங்கியது. 1941ஆம் ஆண்டு கூத்தாநல்லூர் கமாலிய்யா பிரஸில் அச்சிடப்பட்டு வெளிவந்துள்ளது.

கு.அ.பு. ஹாஜா முஹியித்தீன் ஆலிம் சாஹிபின் இளவல் அ.பு.செய்கு சுல்தான் சாஹிபு மரைக்காயர் 'அருட்கவி'யாக அங்கீகரிக்கப்பட்டவர். அவர் இயற்றிய நூல்களில் குறிப்பிடத்தக்கவை 'முனாஜாத்து தோத்திரப்ப மஞ்சரி' 'மணியலங்கார கீர்த்தனை'. இவை முறையே 1938, 1939 ஆண்டுகளில் பினாங்கு (மலேஷியா) போனிக்ஸ் அச்சியந்திர சாலையில் அச்சிடப்பட்டவை.

நாகூரில் வாழ்ந்த புலவர் பெருமக்களில் தமிழறிவில் தேர்ந்து திறன் படைத்தவர்களாக விளங்கிய அதேபோது அரபி மொழிப் புலமை பெற்றவர்களாகவும் மார்க்க நெறி முறைக்கேற்ப வாழ்வை அமைத்துக் கொண்டவர்களாகவும் எடுத்துரைக்கும் போதகர்களாகவும் இருந்திருக்கிறார்கள். இந்த உண்மை அவர்களில் சிலர் இயற்றிய நூல்கள் வழி தெரிய வருகிறது.

இவ்வறிஞர்களின் எழுத்தோவியங்கள் அரபி மொழிப் பெயர் தாங்கி, தமிழ் நூல்களாக வெளிவந்துள்ளன. 'இஸ்லாம் எங்கள் வழி; இன்பத் தமிழ் எங்கள் மொழி' என்னும் வரிவடிவங்களுக்கு அடித்தளமிட்டவர்கள் அந்நாளைய முஸ்லீம்கள்.

நமது முன்னோர்கள் அழகு திருப்பணி ஆற்றிய ஆன்றோர்களை இப்படி வரிசைப்படுத்தலாம்.

1. ஹாஜி சுல்தான் மகன் அஹ்மது இபுறாஹீம் மரைக்காயர் ஆலிம். இவர் இயற்றிய நூல் 'கஜானத்து இக்வாந்பீதலபிஸ ஆதத் திற் ரஹ்மான்'. இது நாகை கஞ்சஸவாய் அச்சியந்திர சாலையில் ஹிஜ்ரி 1325ஆம் ஆண்டு அச்சிடப்பட்டது.

2. வாசு. வாஞ்சூர் பக்கீர் சாயபு ஆக்கம் 'ஹாதா இஸ்திஹாருன் நாமா பீ றத்தி அக்வாலுல் வஹாபியா' என்னும் பெயரில் வெளிவந்தது. இதுவும் கஞ்சஸவாய் அச்சகத்திலேயே அச்சிடப்பட்டது. காலம் 1924 ஆம் ஆண்டு.

3. மௌலா சாஹிபு என்ற ஷாஹ் முஹம்மது கௌது சாஹிபு ஆரிபு 'இருபானுஸ்ஸபாவென்னும் மெஞ்ஞானத் தெளிவு' என்னும் நூலைப் படைத்தளித்துள்ளார். கலிவிருத்தம் 48, வெண்பா 12. கட்டளைக் கலித்துறை எழுசீர்க்கழி நெடிலடியாசிரிய விருத்தம். 1926ஆம் ஆண்டு திருவாரூர், கருணாநிதி அச்சியந்திர சாலையில் அச்சிடப்பட்டது.

4. அஸ்ஸெய்யது ரஹ்மத்துல்லா ஆலிம் சாஹிபு சமுதாயத்தில் நிலவிய சில பல சமய நெறிக்குப் புறம்பான செயல்களைக் கண்டித்து தீர்ப்பு வழங்கியவர். அவரது நூல்களாக கீழ்க்கண்ட நூல்களைக் குறிப்பிடலாம். (அ) ஹிதாயத்துல் அனால் இலா இஜ்தினாபி தர்ஜூமதில் குத்பா பைனல் அவாம். 1928ஆம் ஆண்டு நாகை ஜனோபகார அச்சகத்தில் அச்சிடப்பட்டது. (ஆ) 'துஹ்பத்துல் முமிநீன்' இந்நூல் நாகை அகஸ்தியர்

பிரஸில் 1929ஆம் ஆண்டு அச்சிடப்பட்டது. (இ) 'ஜிமாயத்து அஹ்லல் இஸ்லாம் மின் ஜில்லத்தில் அக்தாம்' என்னும் நூல் 1933ஆம் ஆண்டில் நாகை அகஸ்தியர் அச்சுக் கூடத்தில் அச்சிடப்பட்டுள்ளது.

அல்லாமா மாப்பிள்ளை லெப்பை ஆலிம் அவர்களின் 'மவாஹிபுல் மஜீத்பீ மனாகிபி ஷாஹூல் ஹமீத்' என்னும் நூலினை 'கஜானத்துல் கறாமத்' என்னும் பெயரில் தமிழுரு பெறச் செய்தவர் அரபி மொழி அறிஞரான நானா சாகிபு என்கிற அல்ஹாஜ் மு.குலாம் தஸ்தகீர் ஆலிம் ஸாகிப். 'கஜானத்துல் கறாமத்' 1939, 1946ஆம் ஆண்டுகளில் இரண்டு பதிப்புகள் வெளிவந்துள்ளது. இவர் முன்னூறுக்கும் மேற்பட்ட அரபி மொழியிலான புகழ்ப்பா மற்றும் இரங்கற்பா இயற்றிய பெருமைக்குரியவர்.

1933ஆம் ஆண்டு சிங்கப்பூர் கலோனியல் பிரிண்டிங் பிரஸில் அச்சிடப்பட்ட 'முஹம்மத் நபி (ஸல்) அவர்கள் சர்வலோக சற்குருநாதர்', 1934ஆம் ஆண்டு சிங்கப்பூர் செயிண்ட் மேரீஸ் பிரஸில் அச்சிடப்பட்ட 'முஹம்மத் நபி(ஸல்) அவர்கள் கடைந்தேற்றும் வள்ளல்', 1935ஆம் ஆண்டு நாகூர் ஆண்டவர் பிரஸில் அச்சிடப்பட்ட 'முஹம்மத் நபி (ஸல்) (இன்ஸான் காமில்) நிறைந்த புருடர்' ஆகிய மூன்று நூல்களின் ஆசிரியர் சி. ஹாஜி சிக்கந்தர்.

சு. அஹமது இபுறாஹிம் மரைக்காயர் ஆலிம் மகன் S.A. எஹ்யா மரைக்காயர் இயற்றிய 'அரும் பொருட்பா வைங்கவி' 1940ல் வெளிவந்தது. நாகூர் ஆண்டவர் பிரஸில் அச்சிடப்பட்ட இந்நூலில் பாகிஸ்தானின் தந்தை முஹம்மது அலி ஜின்னாவைப் பற்றிய பாடல்கள் இடம் பெற்றுள்ளது.

சி.சி. அப்துர்ரஜ்ஜாக்கு (காதிரி) இயற்றிய நூல் 'நூறுல் ஹகாயிகு என்னும் அந்தரங்கச் சோதி' மதுரை நூருல் ஹக் பிரஸில் 1956ஆம் ஆண்டு அச்சேறியது.

அண்மைய கடந்த காலத்தில் வாழ்ந்து மறைந்த தமிழ் முஸ்லீம் புலவர்களில் நாடறிந்த புலவர் வா.முஹம்மது

ஹூசைன் சாஹிப் மகன் மு.ஜைனுல் ஆபிதீன். பின்னாளில் இவர் 'புலவர் ஆபிதீன்' என்றழைக்கப்பட்டு அறியப்பட்டவரானார். ஏறத்தாழ 4000க்கு மேற்பட்ட இசைப்பாடல்கள், மரபுக்கவிதைகள் 13 நூல்களாக வெளிவந்துள்ளன.

அவற்றுள் நமது கவனத்திற்கு வந்தவை (1) 'நவநீத கீதம்' (1934), (2) 'தேன்கூடு (1943 இலங்கை), (3) 'அழகின் முன் அறிவு' (1960 சென்னை). அதே ஆண்டில் வெளிவந்த இரு நூல்கள் (1) 'முஸ்லீம் லீக் பாடல்கள்', (2) 'இஸ்லாமியப் பாடல்கள்'.

அவர் இயற்றிய பல பாடல்கள் இன்றும் இசைத் தட்டுகளில் ஒலித்துக் கொண்டிருக்கின்றன. குலாம் காதிறு நாவலர் மகன் வா.கு. முஹம்மது ஆரிபு நாவலர் நம்மிடையே வாழ்ந்து மறைந்தவர். தந்தையின் பெயர் சொல்லித் தமிழுக்குப் புகழ் சேர்த்தவர். அவர் ஆற்றிய இலக்கியப் பணிகள் எண்ணி மகிழத்தக்கவை. அவரது தந்தை மகாவித்வான், வா. குலாம் காதிறு நாவலரின் இறப்பு, அதனால் ஏற்பட்டு விட்ட இழப்பு அவருக்கு இதயக் கசிவை ஏற்படுத்திவிட்டது. கண்ணீர் வரிகளை 'கையறு நிலை'யாக பாடினார்.

அதுவே அவரது முதல் நூல். அதனை அடுத்து 1946ல் 'நாகூர் பிள்ளைத் தமிழ்' அச்சிட்டு வழங்கினார். அது அவரது தலையாயப் பணி. தொடர்ந்து வந்த 'மீறான் சாஹிபு முனாஜாத்து ரத்தின மாலை' 1971 ஆம் ஆண்டு அச்சிடப்பட்டது.

நாகூர் தர்கா வித்வானாகச் சிறப்பிக்கப்பட்ட ஆரிபு நாவலரின் வாழ்வும் பணியும் தமிழாக இருந்தது. தமிழுக்காக இருந்தது. ஆரவாரம் இன்றி அடக்கமாக வாழ்ந்த அவர் ஆழமாகப் பணி புரிந்தவர். உண்மை. மகாவித்வான் வா.குலாம் காதிறு முதல் நாகூர் தர்ஹா வித்வான் வா.கு.முகம்மது ஆரிபு நாவலர் வரை நாகூர் தந்த நற்றமிழ் புலவர்கள் தமிழுக்கு அணி செய்யும் வகையில் படைப்பிலங்கியங்களை வழங்கியவர்கள்.

தமிழ் செழுமையுற செஞ்சோற் கோப்பைத் தந்தவர்கள். வேறு வார்த்தைகளில் சொல்வதானால் நாகூருக்குப் 'புலவர் கோட்டை' என்னும் புதுப் பெயர் ஏற்பட வழி அமைத்தவர்கள். அந்தப் பெருமைக்கு உரியவர்களின் வழித்தோன்றல்கள் இன்றும் வாழ்கின்றார்கள், என்றும் வாழ்வார்கள், இன்பத் தமிழுக்கு இனிமை சேர்ப்பார்கள்.

முஸ்லிம்களின் தமிழ் இலக்கியப்பணி தொடர்ந்து வந்துகொண்டிருக்கின்றது. இன்றுள்ள எல்லா ஊடகங்களிலும் அவர்களின் இலக்கியப்படைப்புகள் பாராட்டப்படுகின்றன.

○○○

ஆசிரியரின் பிற நூல்கள்

1. தமிழகத்தின் பெர்னாட்ஷா அறிஞர் அண்ணா
2. டாக்டர் அம்பேத்கர் வாழ்க்கையும் சாதனைகளும்
3. விடுதலை வேந்தன் விஸ்வநாததாஸ்
4. தமிழ்நாட்டின் தன்னலமில்லா சிற்பிகள்
5. பசும்பொன் முத்துராமலிங்கத் தேவர்
6. மொழிப்போர் தியாகிகள்
7. வீரபாண்டிய கட்டபொம்மன்
8. மனோண்மணியம் சுந்தரம் பிள்ளை
9. உலகை ஆளும் தமிழர்கள்
10. இளைஞர்களின் எழுச்சி நாயகன்
11. கொள்கையின் வாரிசு தளபதி ஸ்டாலின்
12. மிசா நாயகன் (தளபதி ஸ்டாலின்)
13. தமிழினத்தின் துருவ நட்சத்திரம்
14. காஸ்ட்ரோவும் கலைஞரும்
15. கலைஞரும் சமூகநீதியும்
16. செம்மொழிக் காவலர் கலைஞர்
17. நூலக வளர்ச்சியில் இந்தியா
18. நூலகங்களும் ஆவணங்களும்
19. உலகளாவிய நூலகம்
20. வள்ளுவரும் நூலகமும்
21. இனிய இணையதள நூலகம்
22. தேர்வின் வெற்றி உன் கையில்
23. தேர்வுக்குத் தயாராகுங்கள்
24. வாழ்வின் உயர்வுக்கு உயர்கல்வி
25. நேர்முகத் தேர்வில் வெற்றி பெறுவது எப்படி?
26. மனோன்மணியம் சுந்தரம் பிள்ளை (நாடகம்)
27. மாதர்குல மணிவிளக்கு (மாதவி) (நாடகம்)
28. உண்மை வாரிசு (நாடகம்)
29. அணையா விளக்கு (நாடகம்)
30. இராவனேஸ்வரன் (நாடகம்)
31. செந்தமிழ் வளர்த்த சூரியன் (நாடகம்)
32. மாறியது நெஞ்சம் மாற்றியது யாரோ?

www.ingramcontent.com/pod-product-compliance
Lightning Source LLC
LaVergne TN
LVHW100539051026
849519LV00003B/827
* 9 7 8 9 3 9 4 8 1 1 0 1 0 *